ग्रामशिदोरी

डॉ. केशव सखाराम देशमुख

सकाळ प्रकाशन

सकाळ प्रकाशन

Gramshidori

ग्रामशिदोरी

लेखक	:	डॉ. केशव सखाराम देशमुख
प्रथम आवृत्ती	:	जानेवारी २०२०
मुखपृष्ठ	:	संदीप देशपांडे
मांडणी व मुद्रितशोधन	:	अश्विनी महाजन
प्रकाशक	:	सकाळ मीडिया प्रा. लि. ५९५, बुधवार पेठ, पुणे ४११ ००२
ISBN	:	978-93-89834-07-9
संपर्क	:	०२०-२४४० ५६७८ / ८८८८८ ४९०५० sakalprakashan@esakal.com

ऊनपावसाची तमा न बाळगता
कष्टाची भाकर खाणाऱ्या
खेड्यापाड्यांतील तमाम जनतेला...

साहित्य कोणत्याही रंगाचे असले तरी चालेल;
पण आजूबाजूच्या परिस्थितीचा डोळसपणे अभ्यास करून
समाजात सर्व थरांत निर्माण झालेल्या
अस्वस्थतेची जाणीव असणारे समाजचिंतन त्यात असले पाहिजे.

– **यशवंतराव चव्हाण**

मनोगत

ग्रामशिदोरी हे माझे ग्रंथरूपी लेखन वाचकांच्या हाती सोपवताना मला स्वाभाविकच आनंद होत आहे. छोट्या-छोट्या स्वरूपातील या लेखनातून मातीचा गंध अनुभवता येईल. ग्रामसंस्कृतीचे रूप आणि तिचा आकार कळून घ्यायला साहाय्य होईल. ललित, गोष्ट, विचार, काव्य, चिंतन, संवाद, अनुभव, गाव, शेत, काबाडकष्ट, जिद्द, इमान आणि धडपड अशा एक नव्हे; तर विविध गुणांची यात्रा या ग्रामशिदोरीमधून वाचकांच्या भेटीला येईल.

माझे जीवन मुळात शिवारसंस्कृती आणि गावसंस्कृती या दोन्हींच्या सान्निध्यामधून आकारास आले आहे. गाव आणि शिवार या दोन्हीही संस्कृती आपल्या पोषणसंस्कृती आणि मूलाधार असणाऱ्या संस्कृती आहेत. त्यांना पूर्णपणे डावलून समाजाची श्वासव्यवस्था चालू शकत नाही, असे मला वाटते. आज गावांची प्रवासयात्रा फार सुखावह नाही. आज शेतीमातीची स्थिती फार समाधानकारक नाही. नवी संकटे दाखल होत आहेत. कधी व्यवस्थेचा छळ, तर कधी निसर्गाचा कोप; या जंजाळातून माती सुटत नाही आणि माणूसही सुटत नाही. अशा वेळी माझ्यातील लेखकाची बेचैनी वाढते आणि मग अनुभवांचा पैस वाढत जातो. त्यातूनच 'ग्रामशिदोरी'सारखे लेखन जन्माला येते.

मानवी प्रवृत्तींचे विविधतापूर्ण दर्शन या गोष्टीरूप लेखनातून, या ललितपर लेखनातून घडेल. एखादा लेखक हा दोन डोळ्यांच्या पुढे जाऊन अजून तिसऱ्या डोळ्यांनी समाजाकडे, काळाकडे, जगाकडे, भवतालाकडे कसा बघू शकतो; त्यासंबंधीचे समाधानकारक चित्र या ग्रामशिदोरीमधून दिसू शकेल.

आजचे गाव, उद्याचे गाव किंवा याउलट आजची-कालची शेती, तेथील कष्ट करणारी माणसांची दुनिया, गाय, वासरू, कुत्रा, मांजर, बैल, म्हैस, शेळी, मेंढी अशी ही जैविक साखळी; जी खेड्यांची आत्मियता आणि शेतशिवारांची बरकत ठरत आली, तिचे आज काय हाल आहेत? बाजार, काळ, महागाई, व्यवहार

यांच्यासमोर खेड्यांचे चाक कसे रुतून बसले किंवा अडखळून पडले, त्यासंबंधीचा आरसा म्हणूनही या ग्रामशिदोरीची लज्जत अधिक रसाळ झालेली वाचकांना अनुभवायला येऊ शकेल.

खेडे आणि शहर यांच्यामधील अंतर टिपणाऱ्या किंवा फरक दर्शवणाऱ्या अनुभवांचे दर्शनही या 'ग्रामशिदोरी'मधून फार प्रत्ययकारक पद्धतीने वाचकांना घडेल, अशी मला खातरी आहे. एकाच वेळी विचारप्रवण असे हे खुसखुशीत स्वरूपाचे लेखन लेखकाच्या भावपूर्णतेचा आणि संवेदनसमृद्धीचा अनुभव वाचकांना नक्कीच देईल. वस्तुतः हे सर्व लेखन कॅलिडोस्कोपप्रमाणे आहे. त्यातील रंग, त्यातील तरंग, त्यातील भाव, त्यातील विचार, त्यातील भाषाकळा, त्यातील व्यक्तिरेखाचित्रण या सर्व घटकांना या ग्रामशिदोरीत सौंदर्य लाभलेले आहे. ललितलेखनाचा घट्ट स्पर्श लाभलेले एक लेखन प्रत्येक साखळीत स्वतंत्र अशा स्वरूपाचे आहे. त्यातील म ातीचा गंध आणि त्यातील खेड्यांचा गाभा वाचताना कुणाच्याही मनात घर करेल.

सकाळ मीडिया प्रा. लि. यांच्या 'ॲग्रोवन'मधून १२ महिने न चुकता प्रत्येक शनिवारी प्रकाशित झालेल्या या माझ्या लेखनाने मला अपूर्व आनंद तर दिलाच; पण संपूर्ण महाराष्ट्रातील अगणित गावे-शहरे येथून अत्यंत प्रामाणिकपणे, उत्स्फूर्तपणे अधिकारी, शेतकरी, पुढारी, शिक्षक, तरुण, स्त्रिया, प्राध्यापक, कृषी विद्यापीठ यांनी आणि अजून कितीतरी अपरिचित प्रिय वाचकांनी सतत मला फोन करून बळ दिले, माझे समाधान त्यांनी द्विगुणित केले. त्या सर्वांप्रति मी आनंद प्रकट करतो. त्यांच्याप्रति कृतज्ञता व्यक्त करतो.

'सकाळ प्रकाशन'चे विशेष आभार, त्यांनी अत्यंत आनंदाने माझे हे लेखन प्रकाशमान करण्यासाठी उत्साह दर्शवला! यापूर्वी सकाळने माझा 'भाषाचिंतन' हा विचारग्रंथ, भाषिकग्रंथ प्रकाशित केला होता. काही महिन्यांतच भाषाचिंतन ग्रंथाची आवृत्ती हातोहात संपली. पुढची आवृत्ती सकाळने उपलब्धही करून दिली आहे. सबब, सकाळप्रति याप्रसंगी मी विशेष कृतज्ञता प्रकट करतो. माझ्या विचारांची शिदोरी, लेखक म्हणून असणारी माझी ही संवेदनशीलता विविध लेखांमधून समाजात दूरपर्यंत पोहोचवण्यात सकाळ प्रकाशनचा वाटा व्यापक आहे, हे मी अनुभवले आहे. सकाळ परिवाराचा मी ऋणी आहे.

मूलतः श्री. आदिनाथ चव्हाण, श्री. विजय सुकळकर, श्री. रमेश जाधव यांचे आभार व्यक्त करणे मला अगत्याचे वाटते. कारण, शेतीमातीच्या माणसांपर्यंत त्यांनी ही माझी भावविचारयात्रा फार सढळपणे पोहोचवली!

– डॉ. केशव सखाराम देशमुख

अनुक्रमणिका

कष्टाची वाट...

जिथे गाव आहे जिथे शेत आहे, तेथील कष्ट कधीच मिटलेले नाहीत आणि त्यांच्या जन्मभराच्या कष्टाला पूर्ण समाधान देणारा न्यायही कधी मिळालेला नाही.

म्हणजे शेती घड्याळाच्या काट्यांना बांधून करता येत नाही. तिथे सगळा जीवच पणाला लावावा लागतो. म्हणून 'शेती सहा तासांची, शेती बारा तासांची' असा गणिताचा हिशेब शेतीला चालत नाही. अशी शेती करणाऱ्यांची मुले-मुली आज जोमात शिकत आहेत. महाविद्यालयांच्या जागा आणि विद्यापीठांच्याही जागा या शिकू पाहणाऱ्या मुलांनी भरून पावलेल्या आज जागोजागी बघायला मिळतात; असे चित्र दिसते. 'अडाणी राहणं' हे वाक्य आता जणू निकालात निघते आहे. तरीही, परिस्थिती पाहिजे तशी साथ देत नाही आणि शिकूनही फार काही हाती लागत नाही, अशी एक अवस्था भंडावून सोडणारी मात्र आहेच.

खेड्यांतील अगणित मुले उच्च विद्याविभूषित आहेत. उदाहरणासाठी *सकाळ : ॲग्रोवन*ची 'सरपंच महापरिषद' घेतली तरी उच्च शिक्षणाचा ग्राम पंचायतीमधला चढता आलेख खूपच बोलका सांगता येणार आहे. कृषी विद्यापीठे आणि बिगरकृषी विद्यापीठे यांमधून दोनपेक्षा अधिक पदव्या घेणारी युवापिढी मृगजळ बनू पाहणाऱ्या नोकरीची वाट न पाहता शेतात, शेताकडे निघाली आहे, हे वास्तव आहे.

त्यामुळे 'नोकरी' हा एवढाच शब्द आता परवलीचा राहिलेला नाही, हेसुद्धा लक्षात घ्यायला हवे. *स्पर्धा परीक्षा पास होऊन आता शेतकऱ्यांची मुले-मुली अधिकारी होत आहेत, झाली आहेत. न्यायालयात अशा वकिलांची संख्या आनंद वाटावा एवढी आहे. प्राध्यापकीची पदे त्यांनी हशील केलेली आहेत. हे संख्येचे आकडे महाप्रचंड नाहीत. तसे नसले तरी अपेक्षाभंग व्हावा, अशीही स्थिती नाही.*

'कष्टाची वाट' तुडवत आणि मायमातीची पुण्याई पदरात बांधून ही अशी जिद्दी युवापिढी यशाचे एकेक शिखर जेव्हा चढते, तेव्हा खूप आनंद वाटतो.

परवा वडिलांना जुना मित्र भेटला. गप्पांच्या ओघात मुलं काय करतात, असा विषय वडिलांजवळ मित्राने छेडला. वडिलांच्या दोन्ही डोळ्यांचे काठ आनंदाश्रूंनी वाहायला लागले. वडील म्हणाले, ''लै कष्टातून मुलांनी वाट काढली आणि दोन्ही मुलं प्रोफेसरपदापर्यंत जाऊन पोचलीयत...'' आवंढा गिळत वडील अजून पुढे बोलते झाले : ''डोळ्यांचे पारणे फिटले आणि अंधाराच्या जगात मुलांनी अशी उजेडांची पेरणी करून टाकली...''

गरिबीतून विलक्षण झळ सोसत घेतलेल्या शिक्षणाचे असे चीज झालेली कुटुंबेही एक नाही अनेक आहेत. जगण्यात आणि जीवनात सगळेच ढग काही काळेकभिन्न नसतात. काळ्या ढगांनाही कधीतरी सोन्या-चांदीची किनार प्राप्त होतेच.

अशीच असते परिस्थिती. अशीच बदलते परिस्थिती! ती राहत नसते मुक्काम करून एकाजागी... एकाठायी. कष्टाची वाट कायम मिटत नसली तरी कष्टाच्या वाटेवर प्रगतीच्या तेलांचे दिवे कधी ना कधी तेवत राहू शकतात. शिक्षणासारखी बलदंड साधने जीवनात कायापालट घडवून आणतात. तसे त्याचे इतिहास आहेत, तसे त्याचे वर्तमानही आहे! मात्र, जबर जिद्द तेवढी पाहिजे. कष्ट घ्यायची तयारी हवी. हिंमत शाबूत ठेवावी लागते आणि इथे-तिथे वाचलेले 'परिवर्तन, बदल, क्रांती' यांसारखे हे मोलाचे शब्द कुणाच्याही जीवनाला जोडून एकरूप होऊ शकतात. गरज उरते, ती धीराची आणि धमक सांभाळून ठेवण्याची!

१२.१.२०१९

❑❑

झुंजणाऱ्या वाघिणी

घरातली किंवा शेतातली सालोसाल चालणारी कामं घड्याळीच्या वेळांना बांधून करता येत नाही. इथले काम कधी संपत नाही. नोकरीची बात जरा वेगळी असते. आठ-बारा-सोळा तास किंवा त्यापेक्षा कमी-अधिक काम झाले की ड्युटी संपली! घरकामांना अथवा शेतीकामांना ना सरकारी सुट्ट्या ना दर रविवारी सुट्ट्या! इथे अखंड कष्ट एके कष्ट आणि काम एके काम, असा जणू नियमच श्रमाच्या संस्कृतीने, कष्टपरंपरेने घालून दिलेला आहे.

ग्रामपरंपरेत पुरुष काय, स्त्रिया काय सतत कष्ट उपसतात. त्यातही स्त्रिया, मायमाउल्या यांच्या कष्टाची तर कमाल करावी तेवढी कमीच. त्या म्हणजे जणू झुंजणाऱ्या वाघिणी! स्वतःची पर्वा न करता, ओतणाऱ्या श्रमाबद्दल आवाज न वाढवता माय, बहीण, काकी, वहिनी, मावशी, आत्या किती-किती नाती सांगावीत; सगळ्या राबतात. शेतीव्यवस्थेत राबणाऱ्या या तमाम स्त्रियांच्या श्रमांना यशाची फुले बहरून येवोत, ही प्रार्थना!

जेव्हा आम्ही शाळकरी मुलं होतो, तेव्हा सालोसाल काही दृश्ये आम्ही बघत असू. ती दृश्य अशी : 'डोक्यावर भाकरपाण्याची पाटी घेऊन घर सगळे आवरून-सावरून अनेक सुभद्रामाई शेतांवर जाताना दिसायच्या.' 'स्वयंपाकपाणी आटोपून आणि आड-विहिरीचे पाणी शेंदून घागरीतून पाणी वाहणाऱ्या अनेक काकू-मावशी सकाळी दिसायच्या.' 'रानात शेळ्या चरायला घेऊन जाणाऱ्या मायमाता सगळीकडे दिसत असत.' 'जनावरांचा शेणाचा गोठा साफ करून दुधाच्या धारा काढणाऱ्या, एवढ्या कष्टाबद्दल जराही कुरकुर न करणाऱ्या आयाबहिणी गावोगावी दिसत.'

हे चित्र आज जरा बदलले असले *तरी सतत कष्ट उपसणाऱ्या महिला ग्रामजीवनातून आजही आढळतात. यांच्या कामांचे तास किती? यांच्या श्रमाचे*

मोल किती? यांच्या कष्टाची सगळी नोंद कुठे आहे? यांच्या मेहनतीला किती फळं आली आहेत? यांच्या झुंजणाऱ्या अस्तित्वाचा विचार कितीसा झाला आहे? हे सारे कष्ट उपसताना 'स्व'चा विचार कमी आणि सगळ्या घराचा, गायीवासरांचा विचार माउलीच्या मनात अधिक राहतो. 'गायीला, शेळीला चारा घालणे', 'त्यांची सोडबांध करणे', 'मांजरीपुढे दुधाची वाटी ठेवणे', 'घरातल्या प्रत्येकाची तहानभुकेची काळजी घेत आस्थेने-आत्मियतेने वास्तपुस्त करणे', 'सकाळी बीगीनं उठून नित्याची डझनभर काम तडीस लावणे', 'सगळं सगळं घर आवरणे', 'झाडझूड, स्वयंपाक यासम असणारी दैनंदिनीचा भाग झालेली अनेक कामे करणे', असा केवढा कामकौशल्यांचा पाढा ग्रामसंस्कृतीत महिलांच्या पुढ्यात असतो आहे; तोही कुठलीही तक्रार न करता!

अशी घरात कामांची चळत, चवड एवढी असते, की त्यासाठी गणिताचे अंक कमी पडावेत. एवढे करून कामं कधी म्हणून संपता संपत नाहीत. कामाचा रहाट चालूच असतो. याशिवाय, सणावारांची कामं किती-किती पट वाढलेली! तीही मायमाउलींच्या हातांची जणू वाट पाहतात. जणू रोज पाचवीला पूजलेल्या या अखंड कामांसोबतच घरांतली कधी-कधी उमटणारी लहान-थोरांची आजारपणं महिलांच्या नावांवर जमा होतात! तिचे सेवाव्रत कधीही थांबलेले नाही. म्हणूनच, ग्रामसंस्कृतीत अशा कर्तबगार, ध्येयनिष्ठ, श्रमवंत, अथकपणे कष्ट करणाऱ्या स्त्रियांचे वर्णनच मुळी 'झुंजणाऱ्या वाघिणी' अशा शब्दांत करणे अधिक यथार्थ ठरू शकणारे आहे.

या श्रमाबाबतीत घरातील माझी माय आणि घराघरांतील माझ्या सर्व मित्रांच्या आई यांच्यात कुठलाच फरक राहत नाही. घरोघरी मातीच्या चुली! सगळीकडे पळसाला पानं तीनच! घर आणि शेती या भव्य अशा दोन्ही संस्कृतीमध्ये या मायमाउल्यांचा श्रमांचा ठळक संस्कार आणि कष्टाचा ठसा पुरुषांच्या बरोबरीने किंवा तसूभर अधिकच उल्लेखनीय राहत आलेला आहे.

१९.१.२०१९

अभावही खूप काही शिकवतो!

शहरातील आर्थिक उलाढाल आणि खेड्यांमधील उलाढाल यामध्ये फरकाची मोठी रेघ मारलेली आहे. थोडेफार बदल वगळता परिस्थिती फार बदललेली नाही. अभाव म्हणजे विविध अडचणी, चणचण, दुर्मीळता अथवा अनेक गोष्टींची जाणवणारी अनुपलब्धता खेड्यांच्या वाट्याला अधिक आलेली आहे, हे वास्तव आहे.

मी गावात या प्रकारचे चित्र अनेकदा बघितलेले आहे. अनेकांच्या घरात गरिबी मुक्कामालाच असायची. सण आणि वार यांच्याशिवाय गोडधोड घास मिळत नसायचे. वैभवाचे, श्रीमंतीचे हत्ती अंगणात झुललेले गावात कधी आढळले नाहीत आणि तोंडात सोन्याचे चमचे घेऊन तिथे जन्मलेले फार आढळत नाहीत. सूर्य उगवला की शिवार जवळ करायचे आणि सूर्य मावळला की घर जवळ करायचे! हा क्रम खेड्यांनी कधी मोडलेला नाही.

पाऊस छान पडण्याचा काळ होता. शेते हरित राहत. मालांनी भरून असत. फळं, शेंगा, भाज्या आणि न मोजता येईल एवढा रानमेवा रानात, मळ्यात, माळांत, डोंगरांत मिळायचा! पोटाला तृप्तता होती आणि शरीरांना पुष्टता होती. आज तसे तेवढे रमणीय चित्र गावांत-शिवारांत फारसे दिसत नाही. ज्या गावांचा, ज्या शिवारांचा वैभवाचा असा चेहरा असेल त्या गावांना मी वंदन करतो.

एक काळ असा होता, की प्यायचे पाणी आणि खायचे अन्न सोडले, तर फार छान वैभव तेथील लोकांजवळ नसायचे. मेहनत करून कवडी-कवडी जमवायची, ती सांभाळून ठेवायची, सगळे जीवन काटकसरीने - इमानदारीने काढायचे, असा एकूण जगण्याचा स्वभाव होता. आता असे चित्र दिसत नाही. शिक्षणामुळे बदल घडत गेले आहेत. ज्ञानाच्या विकासात वाचनाची जोड झाली. जुनी पिढी मागे गेली. नवी पिढी पुढे आली. पिढीपालट झाला आणि गावांना एक नवी कळा प्राप्त झाली.

झोपड्या जाऊन पत्र्यांची, स्लॅबची घरे झाली. गावातील काही मुले तालुका-जिल्हा अशा ठिकाणी नव्या रूपात दाखल झाली. फक्त नव्या लेकरांना एक कळकळीचे सांगणे आहे : 'बाबांनो, गाव सुटलं तरी घरातले थरथरते हात हातांतून सुटू देऊ नका. मोठी भरारी घ्या. आकाशाला गवसणी घाला; पण जमिनीकडची नजर हटू देऊ नका. पाय मातीचेच असतात, याचे स्मरण सतत ठेवा.' या प्रकारची ज्येष्ठांची शब्दसुमने कधी-कधी ऐकू येतात, जी पूर्णतः खोटी नसतात. पैसा येतो-जातो. मात्र, जाणिवांची ओल कायम असते. आणि संवेदनशीलतेचे पाझर सतत फुटलेले असतात. अभावात जीवन व्यतीत करणाऱ्या मुखांची ही भाषा पुढे जाणाऱ्यांनी सतत ऐकली पाहिजे. म्हणजेच, 'मागे वळून पाहिले पाहिजे.'

जुना काळ आठवला की मला दोन चित्रं चटकन दिसतात : एक म्हणजे, घरातील वेगवेगळी माणसे राबताना, कष्टताना पुरेशा आवश्यक तेवढ्या वस्त्रात राहत. कपड्यांचा डौल, अतिखर्च हे तिथे नसायचे. परगावी जाताना एक स्वच्छ सदरा, परगावी जाणारा वापरत असे. दरमाणशी सगळ्यांना खूप सदरे, कुडते नसत. घराघरांत, माणसांत एक शर्ट फिरताना दिसे. परिस्थितीच होती अभावाची आणि गरिबी अधिकच मुक्काम करून बसणारी होती. दुसरे चित्र आहे भरलेल्या ताटाचे. दररोज ताट भरून पंचपक्वान्ने उपलब्ध होण्यासारखी स्थिती नसायची. सण आला म्हणजे गव्हाची चपाती, साळीचा भात आणि सोबतीला एखादा गोड पदार्थ! जो परिस्थितीनुसार आणि सहज उपलब्ध वातावरणामुळे मिळायचा!

हे सारे चित्र आता पालटले आहे. शहरांच्या पोटांत विविध गावे सामावली आहेत. पैसा म्हणावा तसा दुर्मीळ झालेला नाही. 'हाताला काम - खिशाला दाम' मिळणे मुश्किल बनलेले नाही. जरा अधिक शहाणपण असले, जरा अधिक कौशल्य असले आणि जरा अधिक धीर असला, की या काळात कुणी उपाशी राहण्याची शक्यता नाही. *काळ झपाट्याने बदलला आहे. या बदलाची हवा सर्वत्र धुरासारखी पसरलेली आहे. खेड्यांचे चेहरे बदलले आहेत. शहरं तर रात्र उलटली की पुन्हा जास्त चकचकीत होत आहेत. शहरांच्या इमारतीवर केवळ पैशांची झळाळी दिसते. ज्यामुळे बघणाऱ्यांचे डोळे दीपून जातात. फार पूर्वी अनेक अभावांनी खेड्यांना खूप काही शिकवले आहे. आता, शहरांच्या सुखांचे स्थलांतर खेड्यांच्याही ताटात असे भरभरून वाढले जावे, एवढी एक रास्त अपेक्षा आहे कष्टवंताच्या लेकरांची!*

२६.१.२०१९

❑❑

ही माती लई पुण्यवान आहे...

ही माती लई पुण्यवान आहे. ती तुमचे कायम रक्षण करते. पडले दुष्काळ, आली संकटे; म्हणून माती पायांखालून जात नाही निघून! जगण्याला उभारीच देते ती. ती मरू देत नाही. ती कुणाला उपाशी झोपू देत नाही. या मातीचे मी सतत स्मरण करतो. ही अशी माती आमच्या रक्तात मिसळून आहे. आमच्या जगण्याचे सार झाली आहे. ही अशी माती आमच्या मुठीतून सुटू शकत नाही. आमच्या पायांखालून हटू शकत नाही. ही अशी माती आमच्या जैविकांची समग्र पुण्याई आहे. ही अशी माती आमच्या भाकरीची प्रतिष्ठा आणि आमच्या तहानेचे सूक्त आहे!

अशा वेळी, मातीचे सौदे होतात तेव्हा आमच्या डोळ्यांत पाऊस मुक्कामाला येतो. कोणी मातीला विसरू लागले की आमचा जीव चोळामोळा होतो. मातीला कोणी नावं ठेवू लागले, तर आमच्या तळपायांची आग मस्तकात जाते. मातीला पाठ फिरवणाऱ्यांबद्दल आमचे संतोषी मन खिन्नभिन्न होते. मातीच्या विस्मरणाची कल्पनाही अशक्य! कारण, ही माती लई पुण्यवान आहे. मातीच्या पुण्याईनेच पाखरांचे स्वर हिरवे झालेले आहेत. मातीमुळेच पिकांना बरकतीचे उःशाप मिळालेले आहेत. या पुण्यवान मातीमुळेच दह्या-दुधाला धवल रूप मिळालेले आहे. मातीतूनच तहानेचे उगम आणि भुकांचे हंगाम समर्पक, समृद्ध झालेले आहेत. माती आहे म्हणून आम्हांला चालता - फिरता - पळता येते. मातीची सोबत आहे म्हणूनच अवघ्या जगाला आधार प्राप्त झाले आहेत. किडा, मुंगी, विंचू, साप, बेडूक, खेकडा, कासव, गांडूळ, मासोळी, 'हा जीव, तो जंतू' या सर्वांना जगण्याची भाषा आणि जीवनाचे संगीत अवगत होत गेलेले आहे, माती आहे म्हणून...

मातीच नसती तर सगळी जीवसृष्टी अधांतरीच्या साखळीला बांधून राहिली असती. मातीखाली पाणी आहे. ते झाकून आहे. पाण्यावर मातीचे झाकण आहे.

आपल्याच काळजात मातीने माती सांभाळून ठेवलेली आहे. आपल्या ऋचांमध्ये मातीचे गायन केवढ्या मांगल्याने गायलेले आहे. आपल्या संतांनी मातीला कधी अव्हेरलेले नाही; किंवा आपल्या प्रतिभावंतांनी मातीला कधी दूर लोटलेले नाही.

कष्ट करणारा तर मातीसोबतच असतो; जन्मभर, आयुष्यभर, तहहयात! माती ही त्याच्या एकूण जीवनाचा भरीव सारांशच आहे. बैलांच्या खुरांना मातीचे स्पर्श अहर्निश होत राहतात आणि बैल भाकरीच्या प्रार्थना निःशब्दांनी म्हणतच असतात. दुभत्या जनावरांना मातीतून उगम पावणाऱ्या सर्जनांची लिपी कळालेलीच असते. धरणीला हिरवाईची शाल जेव्हा लाभत जाते तेव्हा मातीच्या पुण्याईचे अनेकार्थ सहज कळतच जातात.

'मातीचा नि माझा संबंध नाही,' हे नकाराचे विधान कोणी करू शकत नाही. 'मातीला जागावं लागतं,' असे परंपरेच्या मुखांतील शब्द सूर्यप्रकाशाइतके सत्य असतात. 'पाय सगळ्यांचे मातीचेच असतात,' यासारखी वचने अंतिम जीवनसत्य ध्वनीत करत असतात.

ही माती पेरणारी, तारणारी आहे, ती मारणारी नाही. या इमारती आकाश जवळ करतात. कोणाच्या भरवशावर? ही झाडे हिरवी दिसतात. कोणामुळे? सरपटणाऱ्या अवघ्या या जिवांना रक्षणवास मिळतो. कोणामुळे? पिके डुलतात, बहरतात. कोणाच्या अंगाखांद्यांवर? चारा धरून ठेवला आहे. कोणी? पाणी सांभाळून ठेवले आपल्या झाकणाखाली. कोणी? या सगळ्या प्रश्नांची उत्तरे 'माती' या एका संज्ञेत सामावलेली आहेत. कारण, ही माती लई पुण्यवान आहे!

मातीवर गाणी रचली. कविता लिहिल्या. कथा जन्मल्या. कादंबऱ्या निर्माण झाल्या. संगीत बहरले. नाटकं लिहिली गेली मातीवर. सगळे खेळ खेळले जातात मातीवर आणि माती मात्र अमरच आहे. सर्जनाचा, सौंदर्याचा, कलेचा, रंगांचा, स्वरांचा, नृत्यांचा आणि उच्चारांचा सगळा मेळ मातीला बाजूला सारून नाही बसवला जाऊ शकत! मातीचे गायन असे चराचर सृष्टीतच भरून उरलेले आहे. या समग्र काळाला आणि विश्वाला कधीही न संपणारी शिदोरी म्हणून मातीची महती वर्णिली जाते. आमच्या सगळ्या महाकाव्यातून त्यामुळेच 'मृदगंध' असा आस्ते-आस्ते कायम पाझरत आलेला आहे.

२.२.२०१९

❑❑

ऋणानुबंधाच्या गाठी

गावसंस्कृती ही अधिक पारदर्शक, अधिक निःस्वार्थ, अधिक उदार अंतःकरण जपणारी संस्कृती. या संस्कृतीत भावनांची शिंपण आणि प्रेमाचा वर्षाव जरा जास्तच! भाकरीचे घास मोजून द्यायचे, हा रिवाज गावसंस्कृतीने कधी धरून ठेवला नाही. गावं बदलली आहेत, हे खरे. शेती बदलली आहे, हे खरे. वडिलांच्या पिढीची जागा मुलाने घेतली आहे, हेही खरे. हे सगळे बदल कालानुरूप झाले, यात सत्य असले तरी खेड्यातील आतिथ्याचे झरे कधीही आटलेले नाहीत. तेथील आस्थेची, आपुलकीची, जिव्हाळ्याची, ममत्वाची आणि प्रेमभावनांची सर इतर कुणाला कधी यायची नाही. तुम्ही जीव लावा, न लावा; शेतजमिनीचा धागा धरून असणारी माणसे तुमच्यावर जीव ओवाळून टाकतात. 'संस्कार रक्तात वसलेले असावे लागतात आणि आतिथ्यशीलता त्या संस्कारांची पुढली पायरी असते.' याबद्दल अनुभवदर्शन गावसंस्कृती पाहायला मिळते. साधा एक बाजार तुम्ही डोळ्यांपुढे आणा. आपण थैली घेऊन बाजारातून फिरतो. अशा वेळी शेतकरी तुम्हांला हाक घालून भाजी-फळं घ्यायची विनवणी करतो. मापापेक्षा मूठभर जास्त तुमच्या थैलीत घालण्याची दानत आणि मनाचे मोठेपण हे इथेच आढळते. अन्यथा, महानगरातले दुकानदार किंवा वेगवेगळे बेपारी असे उदार अंतःकरणाने वागणारे तुरळकच दिसतात. हा माणसातला आणि व्यवहार बाजूला ठेवून ऋणानुबंधाच्या गाठीत असणारा फरक आहे. 'चहा घेऊन जा... जेवण करून जा...' या सहज सुंदर गोष्टी तुमच्या वर्तनाचा आरसा बनलेल्या असतात. त्या चहाला बाजाराची किंमत लागू झालेली नसते. तात्पर्य एवढेच, की *खोलवर असलेले संस्कार मातीतून, शेतांतून, पीकपाण्यातून, वर्तनातून, परंपरेतून, नात्यांतून, ऋणानुबंधातून आणि या सर्वांपेक्षा माणुसकीच्या जगण्यातून आलेले असतात.* अशा संस्कारांच्या

मुळाशी जे-जे पेरलेले असते त्यांचीच उगवण होणारी असते. घरी नव्याने येणारा पाहुणा गावसंस्कृतीच्या अंगणात पहिल्यांदाच आला, तरपाय धुवायला आणि चूळ भरायला पाणी भरलेला तांब्या घेऊन गावमाणसे उभी असतात. तिथे दारावरची बेल वाजवून प्रवेशाची वर्दी देण्याची गरज नाही. खेड्यांतील आतिथ्याचे हे पहिले दर्शन असे मोकळे, प्रेमाने भिजलेले असते. खेड्यांच्या या मोकळेपणातून 'या हृदयीचे त्या हृदयी' असे एक संवादाचे वातावरण तयार होत जाते. मुळात, भीती ही शहरांच्या स्वभावात जास्त असते. संशय तिथे अधिक बळावतात. बदलत्या काळाचा किंवा बदलत्या वर्तमानाचा परिणाम शहरांच्या भीतीमध्ये वाढ करतो आणि त्याची झळसुद्धा पोहोचवतो.

खेड्यांनी आपले नितळ आणि खुले जीवन कुणालाही दत्तक दिलेले नाही. तेथील हवा, पाणी, ऊन, वारा, घर-शिवार यांच्या एकूण मोकळीकतेचा सुंदर प्रभाव खेड्यांच्या मोकळ्या जगण्यावर झालेला असतोच. शहरं अशी मोकळी कधी राहू शकणारी नसतात. भजनाने खेड्यांचे मन भिजलेले असते. पारावरच्या पारायणांचा सार खेड्यांच्या जगण्यात मिसळलेला असतो. मरणादारी आणि तोरणादारी सगळे विसरून जाण्याची रीत खेड्यांच्या स्वभावात तगून आहे. पंढरीच्या वारीचे अवघे संदर्भ इथे आयुष्याला लगडलेले आहेत. जत्रा-परंपरांनी इथल्या मनांना समूहशीलतेचे वरदान मिळालेले आहे. सुखा-दु:खाला धावून जाण्याचा आणि एक तीळ सर्वांनी मिळून खावयाचा धडा खेड्यांच्या सौभाग्यात लिहिलेला असतो. खेड्यांच्या आविष्कार अधिक खुला, अधिक मोकळाढाकळा, अधिक जन-गुण-प्रिय असतो. या सर्व गोष्टींशी शहरं खेड्यांएवढी एकरूप होऊ शकत नाहीत. स्वत:च्या फायद्यापुरता एखाद्या गोष्टीचा वापर करण्याची शहरांची सवय खेड्यांना जडू शकत नाही. दोघांमधला खरा फरक हा इथेच आहे. क्षणभर तुलना जरी सोडून दिली आणि खेड्यांच्या जीवनशैलीचे हे अवघे बारकावे समजून घेतले म्हणजे ऋणानुबंधाच्या गाठी जेवढ्या शेतजमिनीमधून उगवून येतात, तेवढ्या इतरत्र कुठे उगवून येऊ शकत नाहीत. खेड्यांकडे चला... असे महात्मा गांधीजी का म्हणाले असतील? त्याचे उत्तरही या निमित्त मिळू शकणारे आहे.

९.२.२०१९

❑❑

सुख मिळण्याच्या जागा

हाव वाढली की आनंदाचा संकोच होऊ शकतो. 'मन करा रे प्रसन्न, सर्व सिद्धीचे कारण' अशा संतज्ञानाला समजून घेण्यात पुष्कळदा आपण कमी पडतो. 'पळ पळ पळा आणि मर मर मरा' असा एक भोवरा पायांना बांधून घेतला म्हणजे सुखाचा आणि समाधानाचा रस्ता अवघड होत जातो, हे कबुल करता यायला हवे.

ग्रामीण भागात 'जत्रा' नावाचे एक अनुभव क्षेत्र आहे. पूर्वी जत्रांचा बोलबाला फार असायचा. श्रद्धा आणि ग्रामीण समाज यांच्या संयोगाचे नाव म्हणजे जत्रा. जत्रा आणि बाजार यात एक मोठा फरक आहे. तो फरक भावना आणि व्यवहार यातून तोलून दर्शवता येतो. बाजार वारांप्रमाणे आणि जत्रा सणांप्रमाणे! जत्रेत हात जोडण्यासाठी सर्वांसाठी एक जागा असते. उलट, खिशात हात घातल्याशिवाय आणि खिशातून हात खुला केल्याशिवाय बाजार हा बाजार ठरत नाही. केवळ उधारीवर बाजार होत नसतो.

खेड्यांची सुखाची जागा जत्रेत जास्त मोकळी, जास्त आनंदाची, जास्त उत्साहवर्धक, जास्त खेळीमेळीची आणि महत्त्वाचे म्हणजे सगळ्या कुटुंबालाच जत्रा सामावून घेणारी असते. म्हणूनच सुख मिळवण्याच्या जागेचे स्थान जत्रेला लाभलेले आहे.

बघण्याची चैन जत्रेत लाभते. खाण्याची चंगळ जत्रेत असते. जत्रेत हट्ट पुरवले जातात. एक चमकदार जग जत्रेत अवतरलेले असतेच. समाजाच्या वयाची अट जत्रेत शिथिल होते. म्हणजे नातू-पणतू ते आजी-आजोबा असे सारे-सारे वयाचे स्तर हे जत्रेला शोभिवंत करायला साहाय्य करतात. म्हणूनच खेड्यापाड्यांच्या जीवनानंदाचा मोहोर जत्रेला बहरून आलेला असतो. खेड्यात जन्मलेल्या प्रत्येकाचे ऋणानुबंध जत्रेशी जोडलेले असतात म्हणजे असतातच. जत्रा पाहिली

नाही असा जन्म खेड्यांना नाही, असे होत नाही. खेड्यांच्या भावजीवनाची पारंबी ही अशी जत्रा नावाच्या वटवृक्षाला जुडलेली आहे.

मराठवाड्यासारख्या मुलखामध्ये माळेगाव, चाफनाथ, शेंबाळेश्वर, येहळेगाव तुकाराम किंवा मनुला, बोल्डा अशा विविध मुलखात जत्रा तुफानी स्वरूपात भरत असत. आता तो पूर्वीचा माहौल जरा कमी झाला आहे. आपल्या आनंदाच्या जागा बदलल्या. काळाचा चेहरा बदलला. समाजात पिढ्यांमध्ये अंतर वाढत गेले आणि खेडीच ही लोहचुंबक न्यायाने शहरांकडे खेचली जाऊ लागली किंवा शहरांच्या पोटात हळूहळू खेड्यांचे गडपीकरण वाढत जाऊ लागले. त्यामुळे आनंदाला जणू ओहोटी लागू लागली आहे, आणि व्यवहारांचा घोडा वेगात दौडू लागला आहे.

कोस दर कोस पायी चालत-चालत जत्रेतला देव बघणे आणि नंतर जत्रेत मोकळे फिरणे सुखाचे आभाळ मनात उतरून देत असे. बैलगाड्यांचे ताफेच्या ताफे जत्रेच्या ठिकाणी उतरत. हे चित्र डोळ्यांचे पारणे फेडणारे असायचे. बैलगाड्यांत गच्च माणसे आणि तेवढाच पसारा असायचा.

हा सगळा पसारा भावजीवन प्रकट करणारा असे. सोबतच शिदोऱ्या असायच्या. बैलांचा चारा असायचा. बारीकसारीक किती-किती वस्तू असायच्या. खेळीमेळीचा मेळ जमलेला असायचा. हल्ली हा आनंद महागडा होत जातोय. पुष्कळदा बैलगाड्यांच्या मागेपुढे किंवा गाडीखाली सावलीतून चालणारे पोसलेले कुत्रे सोबत असायचे. इमानदारीचे एक चिन्ह म्हणून आणि रक्षणाचा दाखला तसेच भीती निवारणाचा छान भाग म्हणून कुत्रा महत्त्वाचा ठरतो.

अवघा महाराष्ट्र असा विविध पद्धतींनी जत्रांना जोडलेला आहे. खेड्यांचा जत्रांवर अधिकार जरा जास्तच! सालाबादप्रमाणे वर्षातून एकदा भरणारी जत्रा सारे-सारे पोटात घेते. भेद, रंग, प्रांत, लिंग, वय, गरिबी, श्रीमंती, गाव, माती, माणूस यात कुठलाच आडपडदा न ठेवता जत्रा भरतात. छोट्यामोठ्या गोष्टीत आनंद भरून टाकणाऱ्या जत्रा जणू खेड्यांच्या नाळेला चिकटूनच असतात. कमी दामात विलक्षण सुख मिळण्याची जागा जगात जत्रेशिवाय अन्य कुठली नसावी.

१६.२.२०१९

❑❑

गावावरचे आस्थेचे झाकण...

गावातही एक सरकार असते; जे आस्थेवर चालते. माणुसकीचा कळवळा आणि माणुसकीचाच गहिवर त्या सरकारने धरून ठेवलेला असतो. 'कारभारी' अशी उपाधी या गावसरकारला मिळालेली असते. गावात तंटे-बखेडे होतात. किरकोळ कारणावरून झगडे होतात. समाज किंवा कुटुंब म्हटले म्हणजे मडक्याला मडके लागतेच... असे असते भांडणाचे किंवा एकोप्याचे!

पूर्वी सगळे झगडे पोलीस ठाण्यात दाखल होत नसत. झालेले प्रत्येक भांडण हे कोर्टाच्या पायरीवर आणून मांडले जात नव्हते. शिवीगाळीचे विषय अथवा हाणामारीची प्रकरणं गावातही ज्येष्ठ, कारभारी माणसे मध्यस्थी करून सोडवत आणि ताणलेले रबर पुन्हा मुळावर आणून सोडले जाई!

वडीलधारी, सीनिअर, कारभारी, ज्येष्ठ आणि अदब आणि आदर असणाऱ्या सुजाणांचे एक आस्थेचे सरकार गावाची घडी धरून ठेवायला मदत करी. हे सुंदर ज्येष्ठ लोक म्हणजे गावावर असलेले आस्थेचे झाकणच असायचे. आजही या प्रकारचे सुंदर लोक गावांनी सांभाळलेले आहेत. त्यात काही प्रमाणात बेरीज आणि वजाबाकी झाली असली तरी मोठ्या माणसांचे ऐकून घेतले पाहिजे... हा शिष्टाचाराचा उच्चार गावांच्या कानात आणि मनात आजही आहेच.

फरक पडला; हे जरी सत्य असले तरी *बापाच्या पुढे फार चालवायचे नाही आणि आजोबांसारख्या बुजुर्गांचा शब्द हा खाली पडू द्यायचा नाही, ही एक रीत गावांनी पार मोडीत काढलेली नाही. कारण, ही सगळी ज्येष्ठ मंडळी ग्रामजीवनाची लोकविद्यापीठे आहेत. वळण आणि विचारांची पुण्याई त्यांच्यामुळे जनामनात रुजून आहेच!*

गावावरचे त्यांच्या रूपातले झाकण अजूनही पूर्णत: उडून गेलेले नाही. शिक्षणाचा वारा जोरात वाहू लागला; शाळांनी कायापालटाला सुरुवात केली; गावांनी शहरांना जवळ केले; किंवा आजोबांच्या सावल्या पातळ होत जाऊन, नव्या नातवांच्या उजेडाच्या स्वाधीन गावे झाली; हे खरे असले तरी संस्कारांच्या प्रवाहापाशी सगळेच आटले आहेत, असे मात्र म्हणता येत नाही! कोणे एके काळी माझ्या गावामध्ये धोंडबाराव मुधळ किंवा बाळासाहेब देशमुख किंवा लक्ष्मणराव पोलीसपाटील किंवा लक्ष्मणराव हिराजी किंवा संभाराव चेअरमन किंवा विठ्ठलराव सरपंच ही जवळजवळ सात माणसे गाव तोलून धरणारे सात गरुडखांब होते. त्यातील काही जण हयात आहेत. पण, फार समेटाची त्यांची भूमिका असायची.

त्यांचा धाक आणि आदर तराजूत टाकून मोजला तर सारखा भरावा असा होता. दबदबा होता, त्यात समाधान होते. मार्गदर्शकाची त्यांची भूमिका आणि भावना गावाने पाळलेली होती. मदतीचे सुखावणारे हात त्यांच्याजवळ होते. न्यायनिवाड्याचा त्यांचा शब्द खाली पडत नव्हता. गावात कुठे खट्ट वाजले की, लोकांचे पाय त्यांच्या घराजवळ स्थिरावयाचे. असे त्यांचे नाव होते. नावाला साजेशी कीर्ती होती. कुणाच्या हातात बॉन्डचे कागद नव्हते किंवा जीआरचे कागद त्यांच्याजवळ नव्हते. पण जगण्यात शिगोशिग भरून इमान होते आणि डोळ्यांत, चेहऱ्यांवर त्यांच्या विश्वासात भिजलेल्या तेजांच्या मात्र राशी होत्या... अशा सुंदर माणसांची यात्रा सगळ्याच गावांच्या सौभाग्यात भरून पावलेली असतेच!

आज बदल झालाय. मार्गदर्शकांची फळी थकली असेल, थोडी मिटली असेल. नाही असे नाही. पण, जेव्हा शाळा नव्हत्या अशा वेळी अनुभवनिपुण असा एकेक जुना माणूस म्हणजे एकेक शाळाच होती. लोकहिताची प्यास या माणसांना लागलेली असायची. त्यांच्या पावलांवर पाऊल टाकण्याचा संस्कार रुंदावत जायचा. त्यांनी रागावले किंवा त्यांनी हात उगारला तरी कटुतेची बेरीज होत नसायची. कारण, हेतू शुद्ध होता आणि हिताचा प्रकाश त्या लोकांच्या डोळ्यांत भरून असायचा. गावावर झाकून असणाऱ्या अशा आस्थेच्या झाकणांची हा काळ धावताना जरा जास्तच आठवण येत राहते!

२३.२.२०१९

❑❑

रानावनांतले 'ज्ञानवंत'

ज्ञानी माणसाचा जन्म आधी... त्यानंतर आला दवाखाना... त्यानंतर आल्या सुविधा... त्यानंतरच आले उपचार सर्व काही. वैद्य आधीचे, डॉक्टर नंतरचे. ज्ञान आणि तंत्रज्ञानाचे क्षेत्र आजघडीला विशाल, प्रगत, आणि चपळ झाले. जंगलातले झाडपाला, मुळी किंवा 'पुष्पौषधी' हे प्राचीन असे आरोग्यवर्धक धन मानले गेले. तेव्हा आजच्याएवढी औषधे बाटलीबंद किंवा रॅपरबंद झाली नसावीत! आयुर्वेदशाळा होत्या. सप्ततारांकित दवाखान्यांची सुविधा जुन्या काळात फार नसावी.

आज स्थिती बदलली आहे. डॉक्टर व दवाखाना समाजाची निकड होऊन बसली आहे. जनता चोखंदळ झाली आहे. ज्ञानाचे रुंदीकरण आणि शहाणपणाचे चौदिशाकरण झालेले आहे. केवळ 'डॉक्टर' शोधणे, यापलीकडे जनता जाऊन ती MBBS किंवा MD, MS अशा पाट्या असलेल्या डॉक्टरांच्या निवडी आपल्या उपचारासाठी करताना आढळतात. आरोग्याबद्दलचे हे समाजात वाढलेले द्रष्टेपण महत्त्वाचे आणि स्वागतार्ह मानावे असेच आहे.

पण, या सर्व सुविधा अंगणात येण्यापूर्वी गावातल्या गावात डॉक्टर आणि घरच्याघरी उपचार ही एक रीत रूढ झालेली होती. या रानावनांतल्या ज्ञानवंतांनी गावातले आरोग्य बिगरदामात जपलेले होते. तिथे भावनांचा ओलावा होता, नातेसंबंधाची प्रीत होती, सामाजिक ऋणानुबंधाच्या बांधलेल्या गाठी होत्या, माणूसपणाची आणि माणुसकीची गुंफण समाजाच्या जवळीकतेला धरून ठेवणारी; पण खास ओळख होती. 'खेड्यांची ही अचूक ओळख होती.' *जखम झाली, कुठे मार लागला, अंगात ताप भरला, चक्कर आली, छातीत धडधडले, काहीही झाले, की 'रानावनांतले ज्ञानवंत' काळवेळ बघत नसत. लोकांच्या मदतीला वाऱ्यासारखे धावून येत. मदतीचे भाव समाजी जिवंत होते.*

गावात राहणारे रानावनांतले ज्ञानवंत जुन्या काळी फार आढळत असत. गावात ज्येष्ठांना साध्या-साध्या दुखण्यांवरचे सहज उपचार चटकन सुचत. अनुभवांचा आणि पारंपरिक वारसाहक्की ज्ञानाचा हा एक फायदा असायचा. माझे वडील सखारामजी हे बैलांच्या डोळ्यांना कसलीही जखम झाली, की दुधात घोटवून एक औषध देतात. ज्यामुळे बैलांच्या डोळ्यांचा आजार बघता-बघता बरा होतो. आम्ही अनेक, नेहमीची दुखणीसुद्धा घरातील रानावनांतल्या ज्ञानवंतांकडून सहज पळवून लावली आहेत. जखमेत हळद भरणे, हा विषय जखमेच्या निर्जंतुकीकरणाच्या दृष्टीने फायद्याचा ठरत असे. काम करता-करता रानात धसकट, चिपाड पायांना चरकले आणि जखम होऊन रक्त येऊ लागले म्हणजे जखमजोडीचा (टणटणी / कोळसन) रसदार पाला जखमेवर चोळला की चटकन बरे वाटत असे. रानातल्या किती-किती वनस्पती, झाडपाला, मुळ्या, फुलं, खोड, खोडांच्या वेगवेगळ्या वृक्षांच्या साली रानावनांतल्या ज्ञानवंतांनी औषधांच्या शाळा म्हणून समाजात रुजवल्या आहेत.

'तुझे आहे तुजपाशी' या न्यायाने गाव आणि शिवार यांच्या कक्षेमध्ये आरोग्य आणि उपचार यांचा मेळ ग्रामव्यवस्थेत कायम बसवण्यात आलेला पाहावयास मिळतो. 'खेड्यांत प्रत्येक आजाराचे औषध घरात-शेतात सांभाळलेले आहे.' फक्त आपले विश्वास बदलले आहेत आणि ज्ञानाची कक्षा रुंदावलेली असल्यामुळे धीर उरलेला नाही. वाट बघण्यात समाजात वेळ दिसत नाही. 'झटपट' हा शब्द आमच्या जीवनशैलीशी जुळला गेला आणि 'जाऊ दे पैसा; पण आराम पडायला हवा' या प्रकारचे वर्तमान विधान आमच्या निरामयतेचे गमक झालेले आहे; आणि ते यथार्थही म्हणायला हवे!

आपल्या आईवडिलांना शंभर इलाज ठाऊक असतात! घरातील ज्येष्ठ मंडळी 'घरच्याघरी दवाखाना' अशा पदवीची यथार्थ उदाहरणे आहेत! पोट दुखणे, मळमळ होते, मार लागतो, डोकं दुखते, मान आवटाळते, हात मुरगळला जातो, अंग ठणकते, पायांना मुंग्या येतात, जळजळ होते, हातापायांना सूज... काय-काय आणि किती-किती हमेशा होणारी अल्पकालीन ही सारी दुखणी. यावर ग्रामसंस्कृतीमधील 'रानावनांतील ज्ञानवंत मंडळी' आयुर्वेदाला धरून उपचार करत असायची! आरोग्यज्ञानाच्या विस्ताराने आज त्यात बदल झाला; आणि काळाच्या यशाला आपण स्वीकारत गेलो!

२.३.२०१९

❑❑

खापराचे तोंड

'उचलली जीभ आणि लावली टाळ्याला' अशी एक उक्ती बकबक करणाऱ्या फुकटरावांना वापरली जाते. जीभ नावाची चीज ही फार जबाबदारीने वापरण्यासाठी आहे. त्याचे भान पुष्कळांना राहत नाही. खरे बोलणाऱ्यांचे एक जग जसे, तसे खोटे बोलणाऱ्याचेही एक स्वायत्त जग आहे. आता हेच पाहा, मोबाईलवरून लोक किती पदोपदी खोटं बोलतात. मानवी स्वभावाने मोबाईलसारखे हायटेक साधन बदनाम करून टाकले. शेळीने चबरचबर पाला खाल्ल्याप्रमाणे हकनाकच कुणी वायफळ बडबड करू लागले, की आई मग बजावायची – ''अगं, किती बोलतेस, 'खापराचं तोंड' असतं तर आतापस्तोर किती-किती तोंडं तुला बसवावी लागली असती.'' 'भाष्' म्हणजे बोलणे. या बोलण्याला 'वाणी' असेही म्हटलेले आहे. वाणी जपून, सांभाळून वापरली पाहिजे. कुठे काय बोलावे, याचे तारतम्य जपता यायला हवे. तोंड आपले आहे म्हणून काहीही, कितीही, कसेही बोलणे हे बरोबर मानले जात नाही. आपल्या भाषेवरूनही वर्तनाचे अंदाज आणि वर्तनातील संशय समजून येऊ शकतात. लबाड, झूट यांसारखे समाजअमान्य शब्द जिभेने प्रसवले आहेत. या शब्दांनी समाजात माणसाची 'छी थू' व्हायला साहाय्य केले आहे.

भाषा तुमच्या स्वभावातले सौंदर्य खुलवते. ही भाषा माणूस जोडते. माणूस तोडायलाही भाषेची भूमिका मौलिक ठरते. जीभ गोड असेल, तर चार कामं पटकन होतात. जीभ घसरली की नामुष्कीची पाळी येते. मग सारवासारव करून उपयोग नसतो. कारण, तोवर वेळ निघून गेलेली असते.

म्हणूनच 'तोंड गोड तर जग गोड' खरे आहे. एखाद्याचा दिवसच शिव्या देण्यापासून सुरू होतो. उठताबसता तोंडात फक्त शिव्याच. चांगले, नीट, सरळ, सभ्य, छान, प्रसन्न असे बोलायची काही जणांनी सवयच तोडलेली असते. अशा

माणसांपासून मित्र, सोबती दुरावले जातात. म्हणूनच, शिष्टाचाराची विधायक बाजू सांगताना असे म्हटले जाते, की 'बोला कमी... जास्त ऐका... जास्त पाहा...' आपले ज्ञान, आपले मन अधिक उन्नत करण्याचा हा असा एक यशोमार्गच आहे! अर्ध्या हळकुंडाने पिवळे होऊन उगी ज्ञान पाजळणे फार उपयोगाचे नसते, हे भान सर्वांत नसते. भगवान बुद्धांचे अष्टांगिक मार्गात एक वचन आहे. ते असे, 'खोटे न बोलणे, चहाडी (लावालावी) न करणे, कठोर शब्द न उच्चारणे आणि वायफळ न बोलणे.' याला सम्यक वचन किंवा 'सम्यक वाणी' असेही संबोधले आहे.

किती सोपी आणि मोफत अशा प्रकारची ही बाब आहे. म्हटले तर पुष्कळ कठीणही आहे. खोटे बोलायचे नाही, हा असा निर्धार पचवणे सोपे नाही. आपले व्यवहार व आपल्या सवयी लोभ आडवा आला की खरे बोलू देत नाहीत. मात्र, निर्मोही झाले की खोटे बोलणे नष्ट होऊ शकते. स्वत:ची परीक्षा घेणारा असा हा विषय आहे. याचे त्याला त्याचे त्याला, एकाचे दोन करून सांगणे, ऋणानुबंधात विष कालवणे, असे उद्योग करण्याचे अघोरी छंद जपायला पुष्कळांना आवडते. पण, हे दोघांच्याही हिताचे नसते. चहाडी करण्यातून ते दोघेही समाजाच्या नजरेतून उतरलेले असतात. त्या अघोरी आनंदाचा काडीचाही फायदा नसतोच. उगीचच कुणाला दुखवू नका. दुखरे शब्द वापरू नका. 'शिवी' हा काही अलंकार नव्हे. भाषाविष्कारांचा तो एक भाग आहे. ते एक अवजार आहे. ते सततच उपसण्याची गरज मुळीच नाही. शांतता, धीराने, मौनाने पुष्कळ साधता येतेच की! बारीकसारीक गोष्टींसाठी तंटा पेटवण्याची आवश्यकता नसते. मग, कठोर शब्द उच्चारून जवळ जोडलेली माणसे तोडायची कशासाठी? यातले शहाणपण समजून घेता यायला हवे. सम्यक वचनामध्ये पुढचा विषय सांगितलेला आहे आणि तो म्हणजे : 'वायफळ न बोलणे.' माहीत नसेल, तर गप्प राहा. मध्ये तोंड घालायला नको. कुठल्या कुठे अथवा काहीबाही बोलून तोंडाची वाफ दवडण्यात काय अर्थ आहे? त्यापेक्षा वायफळ न बोलणे!

योग्य बोलू. योग्य विचार करू. योग्य ते बघू. ऐकू. योग्य तेच इतरांना सांगत राहू. या सगळ्यांत आपली योग्यता आपोआपच झळाळून निघणारी असते. आपले तोंड खापराचे नाही, ही जाणीव स्वत:पासून वाढवत नेता येऊ शकणारी आहे.

९.३.२०१९

❑❑

लेकींच्या वाटा

शाळा, महाविद्यालये, विद्यापीठे या काळाच्या नकाशावर ठेवलेल्या सर्वात महत्त्वाच्या जागा मानल्या पाहिजेत. ज्यामुळे श्वास मोकळे झाले. दिशा खुल्या झाल्या. समानतेची स्थापना व्हायला बळकटी मिळाली. अधिकारमूल्य कळले. प्रश्न विचारण्याची ताकद शाबूत राहिली आणि सन्मानपूर्वक जगण्याची ताकद स्पष्ट करता येऊ लागली. मालकशाहीला गतिरोध बसला. 'सर्वांना शिक्षण' हा नारा सर्वांना कळला.

हे झाले एकूणच शिक्षणाविषयी! मात्र, *मुली शिकू लागल्या; ही सामाजिक एका समान क्रांतीची मोठी नोंदच ठरली. त्यामुळे कन्याशाळा, महिला महाविद्यालये आणि महिला विद्यापीठे यांची विशेष नोंद खूप गौरवाने करायला हवी, ज्यांनी कन्यांना केंद्रवर्ती ठेवत ज्ञानाचा रथ गतिमान केला. सर्वच शिक्षणात, सर्वच संस्थांत विद्यार्थिनींचा वावर आज लक्षणीय, देदीप्यमान, गौरवास्पद आणि महाराष्ट्राच्याही पुरोगामीत्वाची मोहर अधिक ठळक करणारा आहे.*

सावित्रीबाई, महात्मा जोतिबा, डॉ. बाबासाहेब आंबेडकर, कर्मवीर भाऊराव पाटील, पंजाबराव देशमुख, गाडगे महाराज, महर्षि धोंडो केशव कर्वे अशा विशाल श्रेष्ठ परंपरेने या संदर्भात केलेल्या ऐतिहासिक कार्यांची कृतज्ञतापूर्वक आठवण अधिक होते. लेकींच्या, आईंच्या, सुनांच्या, नातींच्या, मुलींच्या अशा सर्वांच्या वाटा उजळण्यासाठी थोरांचे आपण सर्वांनी सत्वर स्मरण तर करायलाच हवे; पण त्याबरोबरच उत्तम पद्धतीने मुलींसाठी शाळा, महाविद्यालये, विद्यापीठे आणि निवासस्थाने चालवणाऱ्यांची गौरवास्पद नोंद आपण करायला हवी. मुलींना शाळेत न पाठवायचा एक काळा काळ होता. त्या काळाचे हद्दपारीकरण झाले. जिथे मुलगा-मुलगी असा भेद करून तिथेही शिक्षण, लाड, सुविधा, आनंद यामध्ये

फरक केला जायचा. त्यातही आज मोठा बदल होत समानतेचे तत्त्व आणि एकतेचे सूत्र असा विचार रुजत चालला आहे. लेकींच्या वाटा ज्ञानाच्या प्रकाशाने उजळून निघत आहेत. याचाच हा लक्षणीय दाखला आहे.

जिथे रानात शेळ्या चारायला मुली राहत...
जिथे शेणाची पाटी तिच्या डोक्यावर ठेवत...
जिथे आडाचे पाणी शेंदायला ती उभी राही...
जिथे गायीला चारा तिनेच आणायला जावे ....
जिथे घर सारवण, आवरणे तिच्याकडे असे...
जिथे चारा लाकूडफाटा तिच्याच डोक्यावर होता...
जिला शाळेची वाट दाखवली जात नव्हती...

हे सगळे निकष आणि हे सगळे विषय आज परिवर्तनवादी राज्यात सुधारकांच्या परंपरेने बदलून टाकले किंवा मोडून टाकलेले आहेत. लेकींच्या वाटा उजळण्याचा हा सुंदर पुरावा आहे.

विविध परीक्षांमध्ये सर्वप्रथम येण्याचे मान कितीक वर्षांपासून मुलींच्या बाजूचे झाले आहेत. संधी दिली की त्या संधीचे सोने कसे होते, याचा हा किती लक्षवेधी नमुना आहे. मूलतः MPSC किंवा UPSC यासारख्या विविध स्पर्धा परीक्षांमध्ये मुलींनी दाखवलेली प्रज्ञावंत चमक आणि धमक समाजाची मान गौरवाने उंचावणारी आहे. प्राचार्यांपासून ते मुख्याध्यापकांपर्यंत, कंपनीच्या प्रमुखापासून ते बँकांच्या अधिकाऱ्यांपर्यंत, याशिवाय अनेक कार्यालयांमध्ये शासकीय, निमशासकीय, विविध प्रसारमाध्यमे, विविध कचेऱ्या आणि संरक्षण क्षेत्रातील पोलीस, अधिकारी या एक नव्हे तर अशा विपुल क्षेत्रांत महिलांची सन्मानजनक उपस्थिती, त्यांनी जिंकलेली ही सगळी सगळी क्षेत्रे आमच्या समाजाची मान उंचावर नेणारी आहेत. लेकींनी उजळून काढलेल्या ज्ञानशक्तींच्या बळावरच्या वाटा समानता आणि सन्मानता यांचे सुचिन्हच होत.

१६.३.२०१९

❑❑

भाकरीचा सिद्धान्त

धान्याचा एक दाणा पेरला तर त्याचे हजार दाणे होतात, हा नियम 'सर्वांसाठी अन्न हवे' अशा स्वरूपाची परिभाषा रुजवणारा आहे किंवा जमीन कसणाऱ्या माणसाचे इमान स्पष्ट करून सांगताना, 'जे जमिनीवर गवसते, ते आमचे नाही आणि जे जमिनीतून उगवते ते आमच्यासह सर्वांचे आहे,' असे सांगितले जाते; ते मान्य करावे अशाच स्वरूपाचे वचन आहे. जमिनीच्या सेवेत असणाऱ्या प्रत्येकाचे हे एक प्रकारचे भूवैशिष्ट्य आणि सर्जनशीलता यांच्या संमिश्रणामधून साकार झालेले एक पसायदानच आहे. सर्वांच्या कल्याणाचा सारांशच पसायदानात भरलेला आहे. सोशल मीडियावर सतत झळकणारे एक मार्मिक वचन वाचायला मिळते : 'ताटावर बसल्यावर जेवणाचा पहिला घास घेताना एवढे एक स्मरण करा, की राबणाऱ्या घटकांच्या घामातून आणि श्रमातून या अन्नाची उत्पत्ती झालेली आहे.' या प्रकारची भाषा जमीन, पीक, अन्न, कष्टकरी यांच्या कृतज्ञतेला साक्ष असणारी भाषा असते. भूक आणि पोट असणाऱ्या कोणत्याही जिवाला या भाषेचे विस्मरण होता कामा नये.

शेतीच्या सौंदर्याचा हाच खरा सिद्धान्त; ज्याला आपण भाकरीचा सिद्धान्तही म्हणू या. आमची संस्कृती हा भाकरीचा सिद्धान्त नाना पद्धतीने समजून देत आलेली आहे. इतरांचा आदर आणि इतरांची कदर करण्यातही संस्कृती सामावलेली असते. संस्कृती फक्त काही पुस्तकांच्या पानांत नसते, ती मनातही असावी लागते. यादृष्टीने काही दाखले सांगावयाचा मला मोह होतो :

१. रानात चरून आलेली गाय घराजवळ उभी राहते, वासराजवळ येऊ पाहते आणि गायीला पाहून वासरू मानेजवळच्या दोरीला हिसके देऊ पाहते. वासराची चपळाई मातृत्वाची चपळ मागणी करते, तेव्हा मला भाकरीचा सिद्धान्त आठवतो.

२. पोटात कावळे ओरडत आहेत. चुलीवर अन्न रटरटत आहे. जठराग्नी प्रदीप्त झाला आहे. तोंडाला पाणी सुटत आहे आणि समोरून सांगितले जाते, 'अजून अर्धा तास वेळ आहे.' या वेळी मला भाकरीचा सिद्धान्त आठवतो.

३. केव्हापासून रानामध्ये गायी पाण्याचा शोध घेत आहेत. त्यांची वणवण वाढली आहे. तोंडाला चारा पुरत नाही अथवा जिभेला पाणी उरत नाही आणि मुक्या प्राण्यांची तहान मला तीव्रतेने जाणवते, तेव्हाही मला भाकरीचा सिद्धान्त आठवतो.

४. घरासमोर उंच झाडांवर पक्ष्यांनी अंडी उबवून आपली पिल्लं जगात दाखल केली आहेत. पक्षीणमाय अन्न शोधायला कुठे दूर गेली आहे. इथे खोप्यात इवल्या चोची मोकळ्या करून पिल्लं आईची, मायेची किंवा अन्नाच्या घासाची वाट पाहत आहेत! तेव्हाही मला भाकरीचा सिद्धान्त आठवतो.

भाकरीच्या सिद्धान्ताच्या अशा विविध रूपांना समजून घेता येऊ शकते. त्यातली ही काही उदाहरणे सहज आठवली, ती नमूद केली. विद्यापीठात शिकताना अर्थशास्त्राच्या गुरुजींनी भाकरीचा सिद्धान्त दाखले देऊ-देऊ समजून दिला. वखरणी-नांगरणी-पेरणी करताना आई-वडिलांच्या सततच्या कष्टातून तर जास्त लवकर भाकरीचा सिद्धान्त कळत गेला. *भुकेची चूल जेव्हा-जेव्हा पोटात पेटत गेली आणि अन्न मिळवण्यासाठी खूप यातायात करावी लागली, तेव्हा-तेव्हा भाकरीचा सिद्धान्त अधिक स्पष्ट होत गेला. 'कशासाठी... पोटासाठी...', 'वीतभर पोट; पण आदळआपट किती...', 'पोट आहे तोवर पळापळ मिटत नाही...' अशा एक नव्हे, भारंभार लोकजीवनातील महत्त्वाची वाक्ये सूचित करतात, ते भाकरीचे सिद्धान्तच होत.* भाकरीच्या सिद्धान्तपूर्ततेनंतर सन्मानही हवा असतोच. लाचारी धरून भाकरी मिळवण्यात तशी किंमत नसते! मान, स्वाभिमान हे एक स्पष्ट, ढळढळीत मूल्य असते, जे भाकरीला जोडून आलेले असते. 'माझ्या घामाची ही भाकरी आहे.' किंवा 'फुकट कुणाचं खात नाही...' ही अशी समाजात रुजलेली विधाने भाकरीच्या सिद्धान्तांचाच विस्तार करणारी असतात. भूक आणि भान असाही संदर्भ अशा विधानांमधून स्पष्ट होत असतो.

२३.३.२०१९

❑❑

संगतगुणमहती...

रोज आपली ऊठबस कुठे आणि कुणासोबत आहे, याला खास असे एक मूल्य नक्कीच आहे. हा भाग संस्काराच्या मुशीचे मूल्यमापन करणारा आहे. ज्याला आपण 'शिष्टाचार, शिष्टाचार' म्हणतो; ते शिष्टाचार खरीप किंवा रब्बी पिकांसारखे पिकत नसतात. घरे आणि त्या घरांची संस्कृती ही शिष्टाचाराचा आकार ठरवत असते. शिक्षणातून झिरपणारे आकलन, ज्ञानातून झिरपणारी नैतिकता, ज्येष्ठांच्या जगण्यातून झिरपणारा सूत्रपणा आणि याशिवाय ग्रंथवाचनातून जगण्याच्या सापडणाऱ्या प्रकाशवाटा, हे असे कितीतरी उजेडाचे मार्ग असून, त्या मार्गांवरून संस्कृतीचे पोषण-प्रसारण होत असते. अशा मार्गांवरून शिष्टाचारांची पेरणी व्हायला मदत होते.

परंतु, हे सगळे करूनही माणसे बिघडतातच... ज्ञानाच्या खिडक्या चोरीसाठीसुद्धा वापरल्या जातात. ज्ञान हे कुमार्गाच्या फैलावासाठीसुद्धा वापरले जाते. बँका फोडणारे कोण असतात? बसगाड्या लुटणारे कोण असतात? मंगळसूत्र चोरणारे कोण असतात? माहितीजालाचा जबरी वापर करून डेटा चोरणारे कोण असतात? धाडसी दरोडा घालणारे कोण असतात? त्या-त्या क्षेत्रांतले 'बिघडलेले ज्ञानवंत' केवळ सुसंगती सदा (न) घडल्यामुळे या प्रकारचे वाईट कृत्य करताना आढळतात. मुळात, ज्ञान काय, जीभ काय किंवा भाषा काय, हे दुधारी शस्त्रासारखे आहे. त्यांचा वापर हा भवतालानुसार, संधीनुसार, स्वार्थानुसार आणि सर्वांत महत्त्वाचे म्हणजे 'संगतगुणमहती'नुसारच ठरत असतो. पांढऱ्या रंगाला काळीप बाजूसुद्धा असतेच. आपण कोणत्या बाजूने उभे राहावयाचे, हा ज्याचा-त्याचा विषय, ज्याच्या-त्याच्यापुरता बांधलेला असतो. ठरवून कुणी कुणाला बिघडवू शकत नाही आणि ठरवून कुणी करायचा म्हटले म्हणून 'चांगला' होत नाही. फक्त सवयी धड असल्या पाहिजेत आणि संगती या सुसंगती असायला हव्यात.

'सज्जन - दुर्जन' अशा दोन महत्त्वाच्या संज्ञा आपण सतत वापरत असतो. एक प्रकाशाची बाजू, तर यातली दुसरी बाजू काळोखाची म्हणून आपण तात्पुरती बघू या! सज्जनांची संगत उजेडाच्या दिशेची असते. दुर्जनांची संगत म्हणजे पश्चात्तापाची खाई असते. ती फसल्यावर कळते. तेव्हा वेळ निघून गेलेली असते. जगण्याची एक छान रेषा ओढून घेतलेली केव्हाही चांगली! ज्यामुळे दुर्जनांचे प्रादुर्भाव होत नाहीत आणि झालीच चूक तर फार वेदना होत नाहीत.

सर्वांना माहीत असलेला 'बुरा मत सुनो, बुरा मत कहो, बुरा मत देखो' हा एक सर्वश्रुत सिद्धान्त आहे. त्याची अशा वेळी तीव्रपणे आठवण होणारी आहे. वाइटाच्या बाजूने उभे राहू नका, वाइटाला पाठिंबा देऊ नका, वाइटाला संधी देऊ नका, त्याचे समर्थन अजिबात करू नका! संगतगुणमहती शिक्षणाची ही एक प्रकारची गुरुकिल्लीच आहे. चाणक्य यांच्या 'चाणक्यसूत्रम'मध्ये एक फार सुंदर वचन आहे, 'सापाच्या दातांमध्ये, माशीच्या डोक्यामध्ये, विंचवाच्या नांगीमध्ये आणि दुर्जनाच्या सर्व अंगात विष भरलेले असते.' हा दाखला जरी काळजीपूर्वक समजून घेतला तरी सुसंगत गुणांची महती समजून घ्यायला फार वेळ लागणार नाही.

'स्वभावाला औषध नाही' अशा म्हणण्याला तसा फारसा अर्थ नसावा. सवयीचा, संगतीचा, संस्काराचा, शिक्षणाचा, वागण्याचा, रीतीभातींचा आणि अनुकूलतेचा स्वभावावर परिणाम हा शंभर काय दोनशे टक्के होतो. 'फार वाया गेला होता, पण अलीकडे बराच सुधारला आहे,' या वाक्याचा मग अर्थ काय? किंवा हेच वाक्य तुम्ही उलट्या पद्धतीने वाचू शकता. मुळात कोणीही माणूस अख्खा चांगला किंवा अख्खा वाईट असा नसतो. पुष्कळदा तर सभोवतालच्या कमीअधिक वातावरणामधूनही माणसाच्या गुणांचे बेरीजीकरण करता येईल किंवा त्यांच्या अवगुणांचे वजाबाकीकरण करता येऊ शकणारे असते. जीवनातील निरनिराळे धक्के तुम्हांला बदलून टाकतात किंवा जीवनातून कधी-कधी उठवतातही! संघर्षाचे प्रसंग पुष्कळदा तुमच्यातले पोलाद जागे करतात. तुमच्या पाठीच्या कण्याला ताठ बनवतात. म्हणून या जीवनाला तसा एकच एक रंग देता येत नाही. जशी परिस्थिती तसा रंग; असेही जीवनाचे केलेले वर्णन एकदम चुकीचे नाही ठरवता येत! हे लक्षात आले तरी खूप झाले.

३०.३.२०१९

❑❑

मर्यादेतील सुख

'हाव' कधीच संपत नाही. ती आयुष्यालाच सुटलेली लाळ आहे. समाधानाची भाषा हावेमध्ये नसते. छान जगायला फार काही लागत नाही हे खरे; पण, खोट्या प्रतिष्ठा, स्पर्धेतून वाढलेले राहणीमान, नको तेवढी चैनबाजी, घर हेच कापडदुकान वाटावे एवढे वापरण्याचे कपडे आणि खरेदीचा रोग, खेटरांचे ढिगारे, महागड्या गाड्यांचा वापर, पैशांचे न कळलेले महत्त्व यामुळे जीवनशैलीत जणू माणूस वजाबाकीत चालला आहे आणि वस्तू मुख्य जागी येऊन बसल्या. हा अमर्याद खोट्या सुखाचा मसाला आहे. यात खरे सुख कुठे आहे?

खेड्यांतील घरांत पूर्वी तर किती मर्यादा होत्या आणि त्या मर्यादेमध्ये मोठे सुख, समाधान, आनंद होता. आज त्याही जीवनशैलीत बदल झालेला आहे. 'घरोघरी मातीच्या चुली' याचा शब्दश: अर्थ आज तरीफारसा जाणवणारा नाही. काळ बदलला. घरातले लोक बदलले. त्यातून परिवर्तन झाले. परंतु, पूर्वीच्या मर्यादेतही एक पूर्ण समाधान होतेच! जुने ते सोने म्हणतात, ते खोटे नाही.

एक साधा दाखला चर्चेला घेऊ. 'खापर' ही एवढी एक वस्तू पूर्वीच्या काळी संसाराचा आणि एकूणच आमच्या कुटुंबाचा आनंदाचा अविभाज्य भाग बनलेला होता. या खापराचा संबंध थेट मातीशी, मनांशी, भावनांशी आणि महत्त्वाचे असे, की त्या खापराचा संबंध ग्रामसंस्कृतीशी अपरिहार्य अशा प्रकारचा होता. आता ते खापर पूर्वीसारखे आमच्या जगण्यातून फुटून बाजूला झाले आहे.

घरोघरी पाणी साठवायला, पाणी प्यायला, पाणी वापरायला रांजणच होते. या रांजणाला जमिनीत गाडून त्याभोवती सुंदर ओटा असायचा. हा रांजण खेड्यांत जलसमृद्धीचे सुचिन्ह होता. एकावर एक रचलेल्या मडक्यांच्या उतरंडी हे घरांचे, संसाराचे, भावनांचे वैभव होत्या. आज त्या असल्या तरी सर्वत्र त्यांचे वैभव दिसत

नाही. घरी पाणी प्यायला छोटी खापराची वस्तू होती. त्याला 'माथन' म्हणतात. लग्नसमारंभात खापराचा 'डेरा' असायचा. दूध तापवायला 'दुधाने' वापरले जाई. हा सगळा प्रपंचाला लागणारा सुंदर पसारा खापराचा होता. खापर जीवनसुखाचे चिन्ह होते. शेतांत, जागलीवर, खोपीत, झाडांखाली पाणी प्यायचे कशात; त्यासाठी खापराचेच सुंदर भांडे सररास वापरले जायचे. त्याला 'बिनगी', 'केळी' या प्रकारची सुंदर नावे असायची, आहेत. तहान भागवणारे हे खापर आता उरले नाही. पाणी तापवायला, डाळ शिजवायला, मांडेसारखा पदार्थ करायला, चवदार मटण शिजवायला 'मडकं' वापरण्याचा प्रघात होता. (हल्ली, हायवेवर मोठमोठ्या हॉटेलांमध्ये जाहिरातीत हे चव देणारे मडके पुन्हा उजेडात आले आहे.) मडक्याला धरून व्यवसायाचे गमक चालू काळात ओळखले जाऊ लागले आहे.

'खापराची पूजा' हा ग्रामसंस्कृतीतला एक मोठा मान समजला जातो. सणावारांचे अनेक पदार्थ लहानमोठ्या खापराच्या भांड्यात शिजवले जातात आणि तशाच लहान भांड्यांतून खाल्लेही जातात. आंबीलसारखा पदार्थ मडक्यात शिजवून खाण्यात जी मजा, ती अन्यत्र नाही. विविध ताटं, वाट्या, अन्न वाढण्याची साधने, कप, येळनी या सर्व वस्तू खापरप्रधान होत्या. जणू या खापराची चव माणसांच्या हाडां-मांसरक्तालाच जुळलेली होती. परिस्थिती, काळ, गरिबी आणि सगळीकडची समानता पूर्वी खापरातून घरोघरी दिसायची! संसार म्हटला, की पुरुषांपेक्षा स्त्रियांची भूमिका ग्रामसंस्कृतीत जरा जास्त ठळक अशीच! घर, अन्नसंस्कृती, भोजनसंस्कृती, आतिथ्य यांत स्त्रियांचा वाटा सिंहाचा आणि मोठा आनंदाचा! पूर्वी या अशा सुंदर संसारात 'खापराच्या वस्तूंचा वापर' फारच लक्षणीय होता. मुळात, मानवी जगण्यात जन्मापासून ते थेट मरणापर्यंत खापराचे स्थान टळणारे नाही; ही सत्य गोष्ट आहे. १८५७च्या बंडाची हकिकत 'माझा प्रवास' ग्रंथात लिहून ठेवणाऱ्या गोडसे भटजींच्या लेखनात त्या काळी वापरात असलेल्या खापरांच्या भांड्यांचे संदर्भ पुष्कळच आलेले आहेत. ते वाचताना सगळा काळ आणि ती परिस्थिती आठवत राहते. जीवनात अनंत मर्यादेतही सुख कसे होते, हे पण समजते. 'खापर' एवढ्या एका शब्दाने मला माझ्या गावाची सगळी ५० वर्षांपूर्वीची संस्कृतीच आठवली; आणि मी खापरापर्यंत पोहोचलो.

६.४.२०१९

❑❑

कान फुंका कान...

'कान फुंकणे' या वाक्यप्रयोगाला विविध अर्थ लाभलेले आहेत. चहाडी करणे किंवा कुणाबद्दल एकाचे दोन करून सांगणे किंवा एखाद्याविषयी हकनाक खोटी माहिती पसरवणे. पण मला अशा कान फुंकण्याबद्दल काहीएक सांगावयाचे नाही.

एखाद्या आवाजाने, एखाद्या दृश्याने, एखाद्या चित्रविचित्र स्वप्नाने लहान मूल घाबरले की मोठी माणसे मुलांचे कान फुंकतात आणि त्याची भीती निवारण करतात. माय लेकराला पोटाशी धरते. धांडरलेल्या (घाबरून गेलेल्या) लेकराला धीर देते. त्याची भीती पळवून लावते. हे सतत सगळीकडे घडते. (आम्ही बालपणी यातून गेलो. आईने असे कित्येकदा कान फुंकले आहेत. आमची भीती घालवण्याचा हा एक मानसोपचार होता.) आज त्याचे हसू येते. कधी-कधी वाईट स्वप्नं पडत असतात. अंधारात झाडांच्या सावल्या भुतांसारख्या दिसतात. भूत कुणी पाहिले? भूत तर नाहीच. तो एक कल्पनाविलासाचा भयप्रद अशा स्वरूपाचा वृथा, खोटा, झूट नमुना आहे. पण भूत बसलेले असते मानगुटीवर! हे भूत (कधीच न पाहिलेले) आपल्या बालपणाच्या पारंबीला कधीतरी धरून राहिलेले असते. मग, अशा वेळी घाबरलेल्या स्थितीतून बाहेर आणण्यासाठी जी एक घरगुती थेरपी असते, त्या थेरपीचं नाव : 'कान फुंका कान...' असे आहे.

- खेळता-खेळता अचानक एखादा प्राणी : कुत्रा, मांजर, गाय, बैल, म्हैस समोर येतो; आणि खेळण्यात गुंग असलेले मूल भयभीत होते, घाबरते. अशा वेळी आई चटकन लेकरू उचलते, त्याचे कान फुंकते, त्याचे पटापटा मुके घेते आणि लेकरात धीर भरते.
- गाढ झोपेतून आरबळून अचानकच मुले, माणसे उठतात. अवस्था घामाघूम होऊन जाते. मन सैरभैर होते. झोपेतून एकदम उठलेली व्यक्ती

निःशब्द होते. अशा वेळी 'कान फुंकण्यातून' भयभीततेचा निरास व्हायला मदत होते.

- पळताना, खेळताना, चालताना कशाला तरी अडखळून मूल पडते. रडते. पुन्हा धडपडते. अजून पुन्हा पडते. मुलाचा जीव घाबरगुंडा होऊन जातो. अशा प्रसंगी माणूस त्या मुलास उचलून घेतो आणि त्याचे 'कान फुंकतो'. मुलाचे भयनिवारण होते आणि ते पूर्ववत खेळू लागते.

या सगळ्या घटनांमधून आपला बालपणीचा काळ सुखाचा (?) झालेला, गेलेला असतो. मात्र, बालपणीच्या जगण्याची ही अशी चव जरा औरच असते. 'कसल्यातरी भीतीतून अथवा कसल्यातरी अशा भयोत्पन्न घटनेतून मूल घाबरत असतेच. कारण, मुलांना प्रौढासारखे 'तरबेजत्व' प्राप्त झालेले नसते. मुलांठायी एक निर्मळ, निष्पाप, स्वच्छ अशा स्वरूपाचे गुण असतात आणि मग, अशा वेळी घाबरलेल्या मुलांचे कान फुंकत त्याचे भय पळवून लावले जाते.

काय असेल या कान फुंकण्यातली शक्ती? ज्येष्ठांच्या मुखांतली हवा मुलांच्या कानात हलकेपणाने सोडताना मुलांचे भय कसे संपत असेल? आईवडिलांनी अशा वेळी पाठीवर मारलेली थाप किंवा ओढून मुलाला जवळ छातीशी धरताना जी ऊर्जा मिळते, त्या ऊर्जेचा दर्जा काय असेल? वडिलांचा हिमतीचा हा स्पर्श लेकरांना देतो ती ताकद कोणती असेल? त्या ताकदीचे स्वरूप कोणते असेल? हे सगळे प्रश्न सारखे समाधान देऊ शकत नाहीत; पण हे प्रश्न महत्त्वाचेच आहेत. 'कान फुंकले' की भीती जाते पळून... कान फुंकले की रडणारे मूल हसायला लागते... कान फुंकले की एकदम धीर येतो एकवटून... कान फुंकले की जिवाची धडधड जाते थांबून... कान फुंकले की येतो पुन्हा जिवात जीव... कान फुंकले की क्षणभराची भीती क्षणभरातच दूर होते.

'स्पर्श आणि हवा' या दोनच शब्दांच्या सान्निध्यात उपलब्ध झालेली दवा (बिना पैशाची) म्हणजे कान फुंकणे! बालपणी या औषधाचा उपचार आपल्यावर कधी ना कधी झालेलाच असतो.

१३.४.२०१९

❑❑

हत्ती वजा मुंगी बाकी...

नोकरीचे एक बरे असते. ठरलेल्या टिकल्या ठरावीक वेळेत खिशात पडतात. चूल कशी पेटवायची असे प्रश्न निदान समोर नाचत नाहीत. शेतीचा नक्षा मात्र न्यारा आहे. सगळे घर तिथे बारोमास योद्ध्यासारखे झुंजत राहते; पण गॅरंटी देता येत नाही. वादळ अचानक येते आणि सगळ्या शिवाराचे कंबरडे मोडून पडते. गारा पडतात आणि नासाडीला अंत उरत नाही. अवकाळी पाऊस येतो आणि तोंडातला घास हिसकावला जातो. बाजार त्याच्या लहरीनुसार चालतो. बाजार हा घामाची किंमत करेलच याचीही शाश्वती देता येत नाही. शेतकऱ्याच्या खिशाचे सर्वसाधारण वर्णन 'हत्तीसारखे नुकसान आणि मुंग्यांसारखा फायदा' असे केले तर ते फार गल्लत ठरू शकणार नाही. कष्टाला दाम कुठे मिळतात? शेत कधी उत्तम पिकले की ते पुष्कळांच्या डोळ्यांत सलते. शेतकऱ्यांसोबत हा काळ आहे का? शेतकऱ्यांसोबत आजची परिस्थिती आहे का? ही नियती त्याच्यासोबत आहे का? धान्य विकत घेणारा मोंढा त्यांच्यासोबत आहे का? दुकानातील तराजू त्याच्यासोबत आहे का? माल भरून नेणाऱ्या शहरांच्या पिशव्या त्याच्यासोबत आहेत का? पैसा कुठे राहतो आणि भाकर कुठे राहते? शहर आणि गाव यात पडलेले अंतर कधीच न मिटणारे आहे, अशी वस्तुस्थिती आहे!

थातूरमातूर पाऊस
थेंबाथेंबांवर पेरणी
हत्ती हत्ती नुकसान
मुंगी मुंगी फायदा
सगळं जगणं
पुस्तकातल्या अवघड गणितासारखे आहे.

हे असे पटत नसले तर ते काही खोटे नाही मुळी! *कित्येक वर्षांपासून पाऊस तर जुगारासारखा झाला आहे. बेभरवसा ही पावसाची ओळख बनत चालली आहे. पाऊस नाही तर जीवन नाही. जीवन नाही तर मग 'जीवन' नाही. शेतकऱ्यांचा घामाचा हत्ती नेहमी तोट्यात आहे; तर त्याला मिळणारी मिळकत मात्र मुंगीच्या मापात सामावणारी आहे. म्हणूनच, 'हत्ती वजा झाला आणि मुंगी शिल्लक किंवा मुंगी बाकी' हा दाखला शेतीला लागू पडणारा आहे.*

जिथे नोकरी पिकते तिथले वैशिष्ट्य विचित्र आहे. तिथे आईवडिलांना जवळजवळ जागा नाही. तिथे कुटुंबाचा त्रिकोण झाला व तोच मान्य! एकत्र कुटुंबाचा तिथे लवलेश नाही. नवरा-बायको एकत्र राहतात; त्यालाच एकत्र कुटुंब म्हणत. एकत्र कुटुंब पद्धतीचे तिथे संकोचीकरण झाले आहे. खेड्यांत घर मोठे आणि माणसांनी भरलेले असते. घर एक, रान एक आणि खाणारी माणसं अनेक असतात. दहा बोटं कमी पडतील एवढी! म्हणजे, घरावरचा, शेतावरचा बोजा नोकरीवाल्यांपेक्षा उदंडच!

अशा गावघरांची आबाळ मात्र सरता सरत नाही आणि शेताशिवारांची परिस्थिती ही सतत बिकटच असते. 'शेतकरी कायम सुखानंदात...' हे वाक्य कधीतरी कायम खरे व्हायला हवे; पण तसे घडत नाही.

'शेती करायची – झाडांना विचारून की पिकांचे स्मरण करून? घाम गाळायचा – पाण्याशी झगडून की पावसाशी भांडून? सगळी परिस्थिती शाळेचा शून्य टक्के निकाल लागावा अशी झाली आहे!'

असा सगळा मामला आहे. तिथे कुणी उपाशी मरत नाही; पण वाढलेल्या तोंडांना अन्नपाणी उरत नाही. दुष्काळ, नापिकी, किडाकीटकांचे हल्ले, रोगराई, पाणीटंचाई, महागाई, ढासळलेले बाजारभाव, शोषणांचे हजार नमुने, प्रदूषणाचा विळखा, कष्टाला कवडी किंमत, मालवाहतुकीचा तिढा, शेतमालाचे नुकसान आणि मुंगीप्रमाणे मिळणारी नुकसानभरपाई, वाढत्या आत्महत्या असा समस्यांचा डोंगर रोज थोडा-थोडा उंचच होत जातो आहे, हे वास्तव आहे.

संतांच्या महाराष्ट्रात शेतकऱ्यांचा कळवळा माणसांच्या मनोमनी कधी भरगच्च वाढेल, याची वाट आम्ही बघत आहोत. शेतकऱ्याचा असूड हाती घेणाऱ्या महात्मा जोतिबा गोविंदराव फुले यांची आठवण अशा वेळी आम्हांला तीव्रतेने आणि तीक्ष्णतेने होत आहे. सामाजिकतेने आणि आर्थिकतेने; शिवाय ज्ञानात्मकतेने हा शेतकरी सर्वांनी समजूनच घेतला पाहिजे. कारण, तशीच आज परिस्थिती आहे.

भाकरीची गोष्ट आता पुरे. भाकरीचे भाषण आता पुरे. आमचीच भाकर आम्हांला कुणी समजून देऊ नये. नको भाकरीचा सिद्धान्त... नको भाकरीची कहाणी... नको भाकरीचा केवळ सूर... भाकरीच्या निर्मितीसाठी भर उन्हात तमा न बाळगता घाम गाळणाऱ्या, रक्त आटवणाऱ्या बांधांवरच्या माणसांची कदर करणारा माणूसपणाचा हात फक्त पाठीवर सतत राहायला हवा.

इतुकेच नवे, पसायदान हवे!

२०.४.२०१९

❑❑

जुने जातेय...नवे येतेय...

काळ झपाट्याने बदलत आहे. या काळात सगळे लोक शेतांवर नाहीत किंवा सगळे लोक गावांवर राहिलेले नाहीत; हेही खरे. हाही काळाचा महिमा आहे. वावरामध्ये क्रांती झाली. माणसांपेक्षा यंत्राचा वापर वाढला. रक्त आटवण्यापेक्षा इंधन आटवूनही शेती करता येते. या कामी 'ॲग्रोवन'सारखे दैनिक ज्ञानी मार्गदर्शकाच्या भूमिकेतून शेतीची, तेथील जनतेची सोबत करू लागले. 'जुने चालले आहे आणि नवे येत आहे' हा नियम शेतीसाठी उपकारक ठरत आहे, यात शंका नाही. हल्ली बैलगाडी बरीच मागे पडली आहे. तिथे ट्रॅक्टरसारखे मजबूत वाहन येऊन बसले आहे. मळणीयंत्राच्या पोटात 'खळं' जाऊन बसले. पोळा सण हा बैलांच्या सजावटीचा आणि महोत्सवाचा होता. त्या सणाची कळा दिवसेंदिवस उतरत चालली. पशुधन जगवायचे कसे, सांभाळायचे कसे, हे प्रश्न शेतकऱ्यांना छळत आहेत. खंडी खंडी (वीस-वीस) गायींनी भरलेला गोठा असायचा. आता गायीचे दूध गावात मिळणे मुश्किल झाले. माझ्या घरी एके काळी गायी होत्या. तिथे आज गाय औषधालाही उरलेली नाही. पशुधन कमी होत आहे. पाण्याचा प्रश्न बिकट बनला आहे. चारा नाही. सगळे वास्तव पचवणे कठीण झाले आहे. शेतावर कोण राहतं? शेतात अवजारे कोणती वापरतात? गोठा म्हणजे काय? दावण म्हणजे काय? वखर कशाला म्हणतात? खंडीभर गायी म्हणजे किती? बैलांवर शेती कशी केली जाते? असे शंभर प्रश्न आज नव्या पिढीसमोर उपस्थित केले तर त्यांना त्याबद्दल काही बोलता येत नाही, अशी परिस्थिती आहे. शहरवासीयांच्या तर हा सगळा ज्ञानाचा पसारा ध्यानीमनीदेखील नाही. खेड्यांच्या जगण्याचे कुणाला काय पडले आहे?

शेतातल्या अवजारांशी माणसांच्या भावना गुंतलेल्या होत्या. त्या अवजारांशी श्रम चिकटलेले आणि त्याच अवजारांशी भाकर आणि भविष्य जोडलेले होते.

गावातला 'सगळा समाज' त्या कृषी-साधनांशी जुटलेला होता. अन्नपाण्याची लिपी या सर्व साधनांमधून कळत जाणारी होती. म्हणूनच वखर, नांगर, तिफन, मोगडा, औत, मोट, नाडा, बैल, गाडी, खासर, डवरे, दुंडे, निंदन, खुरपणे ही सगळी साधने आणि विषय आयुष्याला नाळेप्रमाणे जुडलेलेच असायचे. आता त्याला बरीच घरघर लागलेली दिसून येते. ही सगळी साधनं पूर्णतः बुडलेली नसली तरीसुद्धा त्या साधनांची गरज आणि उपभोगक्षमता मात्र कमी होत चालली आहे. शेतीच्या या साधनांबद्दल ख्यातनाम कवयित्री बहिणाबाई चौधरी यांची बोलकी कविता आहे. त्यात त्यांनी 'शेतीसाधने आणि वैभव' असे मार्मिक स्पष्टीकरणच केलेले आहे.

'आनंद, समाधान, सुख, वैभव' असा हर्षभरीत अनुबंध शेतीच्या त्या साधनांशी कसा, हे बहिणाबाईंनी अगदी सोप्या पद्धतीने समजावून दिले आहे. हळूहळू जुने चालले आहे; त्या जागी नवे येत आहे. ही बदलाची बाजू खरी असली, तरी ग्रामीण भागातील जुन्या जनतेला रुखरुख वाढवणारीच आहे. कारण तिचे भावजीवनच त्या-त्या कृषक-साधनांशी घट्ट जोडलेले होते. जुने जाताना त्या माणसांच्या भावनांना समजून घेतले पाहिजे. पाण्यात पोहणाऱ्या माशांचे अश्रू कुणाला दिसत नाहीत, तसाच हा प्रकार. सुधारणांचे स्वागतच आहे; पण जुने सोने भंगारात घालून चालत नाही; हेही नाकबूल करता येत नसते.

शेतीसाधनांची गुणवैशिष्ट्ये नमूद करणारी आणि याबरोबरच समृद्धी-सुखाचा धागा त्या साधनांशी कसा जोडलेला होता; याबद्दल नोंद करणारी बहिणाबाई चौधरी यांची ती कविता मुळातून वाचावी अशी आहे :

सरत सरत करे पेरत पेरत
मोघडा मोघडा पेरनीचा चवघडा
पांभर पांभर मांघे धारये झांबर
कोयप कोयप निंदाईले सोप सोप
आऊत आऊत आला कमाईले ऊत
तीफन तीफन व्हये शेताचं मापन
चाहूर चाहूर आता सरलं काहूर
वखर वखर घाले मायेची पाखर
नांगर नांगर- सर्व्या सुखाचं आगर

२७.४.२०१९

❑❑

न जडो तेवढी आदत

'दारू' नावाचा एक प्राचीन शब्द, ज्या द्रव पदार्थाला जोडला गेला त्या पदार्थाचे परिणाम भयंकर अशा शब्दात नोंदवले आहेत. दारू पिऊ नये, या विधानाचे स्मरण करणारेही दारू पितात. व्यसनाधीनता अशा शब्दात बसवलेला दारू नावाचा द्रवपदार्थ अनेक काळात सामाजिक नुकसान आणि कौटुंबिक झळ या पद्धतीने स्पष्ट करून सांगितला जातो. मात्र, पिणारे कमी होत नाहीत.

या बाबतीत शहरी, ग्रामीण असा फरक करता येत नाही. फरक प्रतिष्ठा बदलाचा आहे... फरक चैनबाजीचा आणि फरक पैशाच्या उपलब्धीचा आहे. पण, सुखासीन जीवनाच्या व्याख्येत दारूचा समावेश करता येऊ शकणारा नाही.

माणसे म्हणजे पुरुषवर्ग या पद्धतीच्या व्यसनाचा प्राधान्याने जास्त शिकार झालेला आहे. आपली पुरुष सत्ताकता तिथे डोके अधिक वर काढते. 'मी कमावणारा आहे', असा एक अहंकार पुरुषात आडवा येतो. बायकोला जास्त बोलू द्यायचे नाही. मारझोड करायची आणि 'केलेली कमाई व्यसनात गमाई' करून टाकायची. ही सगळी गोष्ट वाढत चालली आणि व्यसनाला बळ चढत जाते.

ताण आला की व्यसन जवळ कर. संगत बिघडली की व्यसन कर. हाती पैसा आला की व्यसन लावून घे. जास्त आनंद झाला, खूप दुःख झाले किंवा पश्चात्ताप झाला की व्यसनाच्या आहारी जा, हे चुकीचे फॉर्म्युले माणूस कशासाठी शोधतो याविषयी एकमुखी उत्तर गवसत नाही. खेड्यात काय, शहरात काय, सगळीकडे व्यसनांनी समाज जास्त दूषित होत चालला, ही गोष्ट काही खोटी नाही.

आनंदाच्या व्याख्या एखाद्या व्यसनाच्या आहारी जाऊन पूर्ण करण्याची रीत कुणी शोधून काढली असावी? जरा अजब अशीच ही बाब म्हणायला हवी. अहोरात्र हाडाची काडं आणि रक्ताचं पाणी करणारी माणसं जेव्हा दारूचा अड्डा

जवळ करतात; अशा माणसाला कोणत्या शब्दांत नाव द्यायला हवे. आठवडी बाजार करायला गेलेला घरातला कारभारी गडी रात्री घरी झिंगत येतो किंवा बाजारात पडतो, तेव्हा धुंद स्वभावाला कोणते औषध द्यावे? घरी मुकाटपणे पुरुषाचा छळ सोसणाऱ्या निरपराध कुटुंबाच्या सहनशीलतेला काय नाव द्यावे? भाकरीलाही मोताद असणारी माणसं दारू जवळ करतात. त्यांच्या या सवयीला म्हणावे तरी काय? घामाचा, मेहनतीचा, स्वाभिमानाचा स्वतःचा पैसा असा संपवत मागे उरलेल्या कुटुंबाच्या पदरात उन्हाळा बांधणाऱ्या त्या माणसांना म्हणावे तरी काय? किंवा असे नशापान करून एखादे वाहन चालवताना स्वतःच्या हातांनी आपले प्राण सडकेवर झोकून देणाऱ्या बेदरकार स्वभावाचे वर्णन करावे कोणत्या शब्दांत?

दारू पिऊन कुणी कुणाचे भले केल्याचे जगात एकही उदाहरण नाही. बरबाद उदाहरणे लक्षावधी सांगितली जातात. समाजात सुधारक किंवा संस्था, संघटना यांच्या विरोधात सतत काम करतात, सुखी कुटुंबासाठी प्रबोधन करतात, व्यसनमुक्ती करतात, बदल घडतात, नाही असे नाही; पण सुधारणांची टक्केवारी कमी आहे. व्यसनाधीनतेची काठी मात्र सतत उंच-उंच चालली हे फार बरे नाही. ही समाजाला बसलेली मोठी झळ आहे. कुटुंबासाठी ती जडलेली वाळवी आहे. तो माणूस पोखरला जातो आणि समाज, कुटुंब यांचे अपरिमित नुकसान होते. व्यसन हा शब्द चांगल्या पद्धतीने लिहिला जाऊ शकत नाही. म्हणून 'न जडो तेवढी आदत' असे परिवर्तनाचे वाक्य समाजात रुजवण्याचा प्रयत्न सर्वांनी करायला हवा.

क्रोध, तंटा, झगडा, शिवीगाळ, हाणामारी, गुन्हेगारी हे सगळे शब्द व्यसनाचे गणगोत आहेत. म्हणून फायद्याचे व्यसन नसते.

नुकसानीचा एक मोठा पट व्यसनाधीनतेमागे जोडलेला आहे. यातून भिकेला लागलेले संख्येने कमी नाहीत. यातून किती जण अकाली गेले. रोग घेऊन घरी आले. विषारी दारूने मरणाऱ्यांच्या बातम्या सतत वृत्तपत्रांतून वाचायला मिळतात. झगड्यांची, मारामारी प्रकरणांची किती-किती उदाहरणे आहेत. त्यामुळे चांगल्या, जनमान्य, प्रतिष्ठित विषयांत दारूसारख्या व्यसनांचा समावेश करता येऊ शकत नाही. कालचे किती मोठमोठे व्यसनांमुळे आडवे होऊन संपल्याचे दाखले कितीही सांगता येऊ शकतात. तेव्हा इतुकेच बोलू कवतुके 'न जडो तेवढी आदत...!'

११.५.२०१९

❑❑

जागृतीत झालेली वाढ प्रशंसनीयच!

काळाचा नक्षा सगळा पराभवाचा कधीच नसतो. काळ चपळच असतो. जग काळाबरोबर धावते. जे मागे पडतील ते मागे राहतील. जे पुढे पळतील ते काळाला धरून राहतील. काळ थांबत नाही आणि तो कुणाला क्षमाही करत नाही, हेही तेवढेच खरे!

आता हेच पाहा; जागृतीत झालेल्या वाढीचे उदाहरण. खाण्याबद्दल किंवा आरोग्याबद्दल आपण जी लक्षणीय क्रांती केली, ती वाखाणण्याजोगीच म्हटली पाहिजे. 'फळं खाणं' ही गोष्ट हल्ली समाजात ठळक बनली आणि त्याबद्दलच्या जागृतीत प्रचंड वाढ झाली. हल्ली बाजारात, चौकात, डॉक्टर्स लाइन, बसस्थानके, रेल्वे स्टेशन, शहरांचे मुख्य भाग, बाजारपेठा, गल्ल्या, मोठमोठे रस्ते, हायवे आणि विविध भाजीपाला केंद्रे या ठिकाणी प्रचंड संख्येत फळांच्या गाड्या, दुकानं बघायला मिळतात. लोकशाहीतला आजचा हा सगळा माहौल 'चोखंदळ' अशा शब्दांत दर्शवावा असाच आहे!

पूर्वापार काळापासून माणूस फळं चाखत आला. पण त्याने आपली चव काळाच्या प्रवासात जास्त चवदार केली; चोखंदळ केली. फळं खाण्याची सर्वांत सुंदर सवय पक्ष्यांना असायला हवी. *झाडांवरचे अवीट गोडी असलेले फळ निसर्गाने सर्वात आधी पक्ष्याला निवडायला दिले असले पाहिजे. म्हणून पक्षी हेच जगातले पहिले फळनिरीक्षक ठरू शकतात. पक्ष्यांनी चोचींनी उष्टावलेली फळे अमृताइतकी गोड असतात. हे अनुभव माणसाने सतत घेतले आहेत.*

फळं खाण्याबद्दलचे माणसाचे ज्ञान झपाट्याने वाढले आहे. जसा खिसा, जसा पैसा त्याप्रमाणे माणसे फळे खातात. सारांश, 'सगळी माणसं फळं खातात...' एवढे मात्र खरे! आणि ही गोष्ट काळाच्या दृष्टीने छान म्हणायला हवी.

पूर्वी एक गमतीशीर उदाहरण बघायला मिळायचे. कोणी आजारी पडले की सफरचंदासारखे फळ नजरेला पडायचे. कोणी दवाखान्यात भेटायला आले-गेले म्हणजे त्या माणसाच्या हाती लहान-मोठे सफरचंदाचे पुडके टेकवले जाई. म्हणजे सफरचंद हे फळ असे उगीच बदनाम केले गेले. 'आजारी पडणे आणि सफरचंद खाणे' हे समीकरण जगात कुणी निर्माण केले, हे देवालाच ठाऊक! आता ही परिस्थिती राहिलेली नाही. आता रोज सफरचंद विकणारे आणि त्याप्रमाणेच खाणारे लोक वाढले आहेत.

सगळे जग रोज फळं खाते. ऐपतीप्रमाणे यात चढउतार दिसतात. पण माणसे फळं खातात. विविध रसायने फासून फळं पिकवली जातात. ती विकली जातात. त्यामुळे विविध आजार पायांनी चालत घरात येतात. हाही भाग या फळ खाण्यात आहेच! पण हे म्हणजे 'नशिबाची फळे भोगल्यासारखे!' कधी-कधी 'फळे खा आणि दवाखान्यात जा' असाही अनुभव कृत्रिमपणे अकाली पिकवलेल्या फलाहारातून येत राहतो. तरीही फळं खाण्याबद्दलची समाजाची जागरूकता वाढली, ही प्रशंसनीय बाब म्हटली पाहिजे.

'बाजार आणि फळं' हे काळाचे समीकरण बनू लागले आहे. फक्त यात ताक फुंकून प्यायला हवे. एवढी काळजी घेतली की पुरे! म्हणजे फळं पारखून घ्या. विश्वासू, नेहमीच्या दुकानदाराकडे घ्या. त्या-त्या ऋतुप्रमाणे-मोसमाप्रमाणे फळं आणा आणि खा. एवढा नियम सांभाळला तरी फळं खाण्याची गोडी जास्त खुलणारी ठरेल! सध्या आंब्यांचा मोसम आहे; आणि बाजारात महाप्रचंड आंबा उपलब्ध झाला आहे. जणू बाजारपेठ केशरी पिवळीधम्मक वाटू लागली. शिवाय सर्वांना प्रिय असणारे फळ म्हणून आंब्याचा लौकिक मोठा! म्हणून आंबे खा. पण जागरूकता सैल होऊ देऊ नका!

१८.५.२०१९

❑❑

रीत बदलली, गीत बदलले

लग्न हा सोहळा अपार आनंदाचा आणि गणगोतांच्या भेटीगाठीचा रम्य असा म्हणून मान्यता पावलेला आहे. या समारंभात प्रत्येक जण आपल्या क्षमतेप्रमाणे ताकद लावतो. महाराष्ट्रात एकीकडे डोळे दिपून जावेत आणि आनंद गगनातही मावणार नाही, या प्रकारची लग्नं होतात; तर दुसरीकडे लग्न कसे पार पाडावे, अशा अडचणीत समस्यांचे डोंगर उभे असणारासुद्धा समाज आहे. परंतु सांस्कृतिक, सामाजिक, कौटुंबिक असे तीन पैलू लग्न समारंभात एकवटलेले बघायला मिळतात. आज कामधंदा, व्यवसाय, नोकरीचाकरी यामुळे इकडेतिकडे स्थलांतरित झालेला गोतावळा लग्नानिमित्त असा तोरणदारी एकत्र येतो. आज विवाह समारंभ संपन्न करण्याची रीत पुष्कळच बदलली. बदलता काळ, लोकांचा वेळ, करावा लागणारा प्रवास, निमंत्रणाची वाढती संख्या किंवा विविध स्वरूपाच्या अडचणी या विविध गोष्टींमुळे लग्न समारंभ नियोजनात खूप बदल झाले.

पूर्वी गावात हळद, लग्न हे समारंभ पाच ते आठ दिवस चालत. सगळे गाव लग्नघरी धावून येई. सगळ्या गावाचा तो सोहळा राही. मांडव घालणे, नवरदेव आणणे, हळदीचे, लग्नाचे अगणित विधी, वरात निघणे, लग्नाआधी आणि नंतर देवदर्शन करणे, मानापानाचे कापडचोपड देणे-घेणे, व्याही-विहिणी भेट करणे, या पद्धतीचे मोजता येऊ नयेत एवढे विधी चालत. यात काळाप्रमाणे बदल झाले आहेत. घाई, वेळ, प्रवास, खर्च आणि नवी पिढी त्यांची अभिरुची यामुळे पुष्कळ रूढींना फाटा देण्यात आला. लग्न होतात; मात्र, त्यांची रीत बदलली. लग्नाला झटपट वेग दिलेला आहे. आठवडा-आठवडा चालणारी पूर्वीची लग्नं हल्ली दिवसावर, अर्ध्या दिवसावर, काही तासांवर आली आणि एकूण लग्नाची रीत बदलली. त्याचे स्वरूप बदलले. हा सगळा काळाचा महिमा सर्वांनी मान्य करून घेतल्याचे दिसून येते.

घरापुढे अंगणात लग्न होण्याचा काळ जवळजवळ संपत आल्यासारखा झाला. त्यामुळे आता जमिनी, घर विकून, कर्ज काढून किंवा विविध पद्धतीने प्रतिष्ठांचे विषय बनवून एक चढाओढीचा प्रधान भाग म्हणून लग्नं थाटात, शहरात, मंगल कार्यालयात पार पडतात. इथे ताकद लावली जाते. पैसा लावला जातो. शहरात लग्नं दिमाखात साजरी होतात. नोटांचा पाऊस पाडणारे लग्नसोहळे बघितले म्हणजे हा देश खरेच गरीब आहे, असे कोण म्हणू शकेल? पैशाच्या पावसाने लग्नाची सगळी रीत बदलून टाकलेली आहे, ही वस्तुस्थिती नाकारता येत नाही.

पूर्वी विवाह समारंभात संगीत किंवा गाणी यांचे परफॉर्मिंग स्वरूप नव्हते. गावातली माणसं छान पारंपरिक, विधिवत लग्नातील विविध इव्हेंटप्रमाणे गाणी म्हणत. रम्य वातावरण निर्माण होई. मंगलमय वातावरणाला उधाण मिळत जाई. आज हे जवळजवळ संपले. लोकगाणी, लोकसंगीत, लोककथा यांच्यापासून लग्नं दूर गेली आहेत. लग्नाची रीत बदलली. त्याबरोबरच लग्नातलं गीत बदलले आहे. ऑर्केस्ट्रा किंवा तत्सम कार्यक्रमांनी नवरी-नवरदेवांच्या मंचावर जागा पटकावली आहे. लग्नाचा सूर बदलला आहे. हौसेला मोल राहिले नाही. पैशाला किंमत राहिलेली नाही. 'जसा पैसा, तसे लग्न' असे बोधवाक्य मंगल कार्यालयाच्या नावाजवळ जोडले गेलेले आहे. हाही काळाचा महिमा!

या देशातला हा एक मोठा व्यवसाय बनला. पैशांचा आकडा एवढा फुगलेला असतो, की ज्याचा हिशेब लागू नये. लग्नावरील खर्च महाप्रचंड अशा स्वरूपाचे आहेत. प्रत्येक जण तिथे जणू क्षमता पणाला लावतो. भूषणाचा, सन्मानाचा आणि प्रतिष्ठेचा टिळा लग्नाच्या भाळावर कोरलेला आहे. किती-किती श्रीमंत यापायी गरीब होऊन बसले. हेही सत्य समाजाच्या पदरात लग्नांनीच बांधले. हे कठोर अशा प्रकारचे वास्तव आहे.

लग्नांची रीत बदलली. त्याला कारणीभूत काळ जसा आहे, तसाच पैसाही. लग्नांतील गीत बदलले, चैन बदलली, डामडौल बदलला. या साऱ्यांना कारण आहे पुन्हा पैसाच. मालिका आणि सिनेमे यांच्या कृतक, खोट्या अनुकरणांनीही लग्नांवर आक्रमण केलेले आहे, हेही खरेच आहे. यामधून बाहेर पडणे शक्य होईल, की शक्य होणार नाही?

२५.५.२०१९

❑❑

भाकरीच्या निर्मितीसाठी...

भाकर अमर आहे. तिला इतिहास आहे. सर्व काळात भाकर आहे म्हणून जीवसृष्टी आहे. काहीही नको, पण रोज चूल पेटू दे आणि पोटभर भाकर मिळू दे, अशी प्रार्थना करणारे अब्जावधी हात नम्रतापूर्वक जोडलेले बघायला मिळतात. 'हाव' हा शब्द मात्र भाकरीच्या विरोधी लिहिला जाणारा शब्द आहे. दुसऱ्याच्या ताटातले ओढून खाणारे असतात, त्यांना 'हावरट' ही उपाधी दिली जाते, जी अप्रतिष्ठेची उपाधी आहे. सारी दुनिया भाकरीभोवती फिरते, हे तर खरेच!

या अशा भाकरीच्या निर्मितीसाठी आमचा शेतकरी प्राणाची बाजी लावत शिवारात उभा असतो. जून महिना सुरू झाला की पेरणीचे चक्र जोरात फिरते. त्याआधी मशागत, बांधबंदिस्ती, बियाण्यांची खरेदी, अवजारांची दुरुस्ती अशा अगणित कामांना वेग मिळत जातो. हे सारे भाकरीच्या निर्मितीसाठी, जग उपाशी झोपू नये यासाठी चालते. सालोसाल... बारोमास... सतत... नेहमी... हमेशा आणि अखंड! शेत कधी थांबत नाही. श्रम कधी सरत नाहीत.

खेड्यांचे प्रधान वैशिष्ट्य काय? त्यांना भाकर बाजारातून विकत आणावी लागत नाही. भाकरीसोबत जी एक चव लागते, ती चव त्यांना बाजारातून विकत आणावी लागत नाही. शेतातच अथवा भोवताली रानात पिकणारे एखाद-दुसरे फळ खेड्यांना विकत आणावे लागत नाही. जे मातीत पिकते, फळते, बहरते असे सहज फळ खेड्यांच्या पदरात असते. खेडे ते खाते.

शहरांप्रमाणे फळांचा बाजार खेड्यांना करावा लागत नाही. रानमेवा हा खेड्यांसाठीच लिहिलेला आहे. मुळात, रानमेव्यावर शहरांचे नाव लिहिलेले नाही. पैसा मोजून शहरं रानमेवा चाखतात, ही बात वेगळी! परंतु, भोवतालातले, शिवारातले, माळरानावरचे ताजे खाण्याचा प्रथम मान तर खेड्यांचाच! कारण,

हा सगळा भाग खेड्यांसाठी भाकर आणि भवताल यातील सहवासाचा आणि सहजीवनाचा आहे.

अलीकडे पाणीप्रश्न जटील झाल्यामुळे किंवा अवर्षणाचा वाढता कालावधी तीव्र होत चालल्यामुळे फळं किंवा रानमेवा खेड्यांतही दुर्मीळ बनत चालला आहे. शिवाय, जिथे जंगल-वनराई आहे, तिथे रानमेवा तेवढा आहे आणि या प्रकारचा रानमेवासुद्धा बाजारीकरणाच्या जवळ पोहोचला असल्यामुळे पैसा आणि मार्केटिंगच्या वर्तुळात रानमेवा समाविष्ट झालेला पाहावयास मिळतो.

पण, हे काहीही असले तरी भाकर आणि माती हे समीकरण तर अंतिम सत्य आहे. कारण, भाकर यंत्रामधून जन्म घेत नाही. फ्लॅटच्या गच्चीवर निर्माण होत नाही. मातीबिगर भाकरीची निर्मिती होऊ शकत नाही. गरीब आणि भाकर याला पर्याय देता येत नाही. भाकर आणि चूल यात संस्कृतीचा सारांश असतो. भाकर आणि प्रत्येक जीव हा जैविकतेचा सृष्टीमधील वैश्विक संदर्भ आहे. सगळ्यांची धावपळ भाकरीसाठीच हे निखालस सत्य आहे. खाल्लेल्या अन्नाला जागले पाहिजे; यासारख्या वचनाचा जन्म भाकरीपासूनच सुरू झालेला आहे. भाकर आणि पोट याला दुसरा पर्याय देता येत नाही. भाकरीमुळेच युद्धे झाली आहेत आणि भाकरीमुळेच युद्धे थांबलेली आहेत; हे पण सत्य आहे. सगळे जग भाकरीभोवती फिरते. आटा बंद तो अकल बंद, यात केंद्रवर्ती भाकरच आहे. कडाडून भूक लागते तेव्हा कशी का असेना भाकरच हवी असते. जिच्याशी बेईमानी करू नये, अशी जी रीत आहे ती रीत भाकरीला समोर ठेवूनच पाळली जाते. स्थलांतरे, देशांतरे होतात; तिथेही भाकर मध्यभागी असते. भूक लागली म्हणजे जगातल्या कोणत्याही जिवाला जिची तीव्रतेने आठवण येते; त्या आठवणीचे नावही भाकरच असते.

अशा भाकरीसाठी ऊन-पावसात कोण उभे असते? अशा भाकरीसाठी जिवाचे रान कोण करते? अशा भाकरीच्या निर्मितीसाठी हाडं कोण झिजवते? अशा भाकरीच्या निर्मितीसाठी कोण गाळते घाम? या अशा सर्व प्रश्नांत भरून असलेला आहे तो शेतकरी, कष्टकरी, जगाचा पोशिंदा! या अशा भाकरीच्या निर्मात्यासाठी, या अन्नदात्यासाठी आभाळांकडे आणि ढगांकडे आपण प्रार्थना करू या की, शेतमळे फुलू दे आणि खळेदळे भरू दे. पर्जन्याच्या पानांचे तोरण दारावर झुलू दे!

१.६.२०१९

❑❑

शपथ तुला आहे...

'भोय' असा फार मार्मिक आणि नेमका शब्द जमीनजुमल्याला अनुसरून वापरला गेला आहे. सोयरिक ठरवताना मुलीकडचे लोक मुलाकडच्या सोयऱ्यांना 'मुलाच्या वाट्याला किती भोय येते' असा एक सवाल विचारतात. ग्रामीण भागात जमिनीचा आणि घरादाराचा विचार मध्यवर्ती तसेच भावस्पर्शी मानला जातो. चांगली किंवा पुष्कळ एकर जमीन असणे हा विषय सुबत्तेचा, प्रतिष्ठेचा, वैभवाचा आणि महत्त्वाचे म्हणजे कुटुंबाच्या जगण्यासाठी हमीचा विषय असतो.

गावातील ज्येष्ठ लोक सतत बजावत राहतात : ''बाबांनो, आपली भाकर असणारी जमीन विकून टाकू नका. परागंदा होऊ नका!'' आजच्या काळात हा सल्ला ग्रामस्थांनी मनावर घेण्याची गरज आहे. आमचा एक लेखक-मित्र आहे– सीताराम सावंत नावाचा. मध्यंतरी त्याने एक जबरदस्त कादंबरी लिहिली. खेड्यांच्या वाट्याला जमिनीच्या विक्रीमुळे जे अनेक भोग आले; त्या भोगाची अस्वस्थ करणारी कहाणी सीतारामने फारच जळजळीत स्वरूपात मांडली.

अलीकडे रोडच्या काठांनी 'ही जमीन विकणे आहे' अशा पाट्या वाचायला मिळतात. पाऊस पडत नाही. रान पिकत नाही. पोट भरत नाही. अशा वेळी मग काय करायचे? तर, उरलीसुरली जमीन विकायची आणि गावं सोडायची! माझ्यासारखा शेतकऱ्याचा मुलगा या प्रकरणामुळे कमालीचा अस्वस्थ होऊन जातो. म्हणूनच तोंडातून शब्द फुटतात, ''मायबापहो, जमिनी नका विकू, तुम्हांला शपथ आहे.''

बेभाव जमीन विकली जाऊ लागली आहे. खुळखुळ वाजणारा पैसा सर्वांना हवा आहे. कमी दामात जमीन विकून गावमाणूस उघडा पडू लागला आहे. हातातून शेती गेली म्हणजे शेतकऱ्यांच्या जगण्यावरचे झाकणच काढून घेतले जात आहे आणि शेतकरी देशोधडीला लावला जातो आहे. त्यातही दुःख वाढवणारी गोष्ट

अशी, की जमिनी विकत घेणारे कोण आहेत? शेतकरीच शेतकऱ्यांची जमीन घेणारे किती आहेत? ज्यांच्या घरात सगळ्याच खोल्या भरून पैसा आहे किंवा ज्यांच्या घरांची तळघरे जवाहिऱ्यांनी भरलेली आहेत, ज्यांनी शहरालगतच्या सगळ्या जमिनीवर मगरुरीचा झेंडा लावला, अशांनीच जमिनी पळवल्या आहेत. *राबणारा तर उन्हातच जन्मतो, मरतो आहे. म्हणूनच, 'राबणाऱ्या दादा, शपथ तुला आहे, जमीन नको विकू! जी उरली तेवढी तर हातात ठेव. सांभाळ बाबा... जमीन तुझी जन्माची भाकर आहे, लक्ष्मी आहे. तुझ्या जिंदगीवरचे तुला जन्मभर ऊब देणारी जमीन तुझे पांघरूण आहे. तुझ्या कुटुंबाला उपाशी झोपू न देणारे जमीन हे तुझे वडिलोपार्जित औषध आहे. ऊन, वारा, पाऊस, अग्नी अशा पंचमहाभूतांना सांभाळणारे जमीन हे विराट स्थळ आहे. माझ्या मायबापा, जमीन हातातून सुटू देऊ नकोस. शपथ तुला आहे.'*

कुठले-कुठले बाहेरचे लोक जमिनीचे लचके तोडत आहेत. कसदार जमिनीत रासवट बिल्डिंगा उभ्या राहत आहेत. गावमाणसाची जमीन पायली-पासरी भावात गिळली जात आहे आणि रुपयाची तार-तार काढून ती जमिनीवर टाकली जात आहे. गावमाणसाच्या हातावर रुपया ठेवून त्यांच्या त्या जमिनीचा अब्ज-अब्ज बनवला जात आहे. म्हणून, 'अजून वेळ गेलेली नाही. भोय सोडू नका. जमीन अशी फुकट भावात लोकांहाती देऊ नका. उलट, जगाची दिशा ओळखा. नवे, प्रगत, धाडशी, उपकारक, गरजवंत असे शिक्षण मुलांना-मुलींना द्या. ज्ञानात शहरांचा फायदा घ्या. सावध व्हा! मात्र जमिनी विकून मालक असणारे तुम्ही असे उजाड मोकळे होऊ नका. जमीन विकायला काढताना शंभरदा विचार करा आणि विकण्याचा इरादा बदलून टाका. पैशाला असे चटकन भुलू नका. भूतकाळ आठवा. वडीलपरंपरेचे स्मरण करा. रान असे चटकन कुणाच्या हाती देऊ नका.'

८.६.२०१९

❑❑

...मुंगी साखरेचा रवा

आपापल्या समजुतीप्रमाणे आणि अनुभवांच्या स्मरणाप्रमाणे आपण काळावर प्रीती करतो. जसे की, कुणाला भूतकाळ आवडत नाही; कारण त्या भूतकाळाने मनावर डाग उमटवलेले असतात. त्या भूतकाळाने पदरात दारिद्र्य बांधलेले असते. म्हणजे मागचा काळ वेदना पोहोचवणारा होता म्हणून अनेकांना गतकाळावर फुली मारावी वाटते. पण काळाची नोंद याउलट कुणाच्याही लेखी ठरू शकते. 'बाळपणीचा काळ सुखाचा' याचा अर्थ तोच असतो. भान आणि समज नसली की आयुष्य कसे साखरेच्या पाकातल्या रसगुल्ल्यासारखे असते; हेही खरेच! भान वाढले, जबाबदाऱ्या वाढल्या, हातांत कारभार आला म्हणजे व्यवहार मोठा होत जातो आणि आनंद वजाबाकीची जागा घेतो. त्यामुळेच बालपण हे जास्त मोहक, संतोषी, सुखद, रम्य, उल्हासी, मुक्त आणि जबाबदारीविरहित अशा स्वरूपाचे असते. तिथेच '... मुंगी साखरेचा रवा' सामावलेला असतो.

आता हेच पाहा : जन्मल्यापासून खेळकर वृत्तीतून तोडून टाकत मायबापांनी शाळेत नाव दाखल केले. शाळेत पाठवले की प्रारंभदिनी शाळेत बहुतांश मुले भोंगा काढतात, रडतात. रडण्यापासूनच पहिले स्वर, व्यंजन शाळेत सुरू होते. त्यानंतर लेखनपाटी येते.

जुन्या काळी घरांजवळून मुलांना रिक्षा नव्हत्या किंवा शाळेने धाडलेल्या बसगाड्या नव्हत्या. खेड्यांच्या लेकरांना शहरांचा वारासुद्धा मिळत नव्हता. कारण हा वारा महाग होता. शाळा जवळपासच्या गावी असत किंवा गावात चार-पाच वर्गांपर्यंतची शाळा असायची. मग काय?

मग, रानातून, शेतांतून वाट काढत, झाडांशी गप्पा मारत, ओढ्याच्या पाण्याशी गूज करत, पक्ष्यांशी दोस्तीमस्ती करत, पाण्यातले खेकडे-मासोळ्या धरत सगळ्या

धिंगाण्यामधून शाळा जवळ करायची. शिक्षण पायपीट करूनच मिळायचे. काळ जड होता. पैसा नसायचा. घरीदारी सगळा फाटकेपणा असायचा. मात्र जिद्द मजबूत असायची. शाळा कडक असायच्या. शिक्षक जळीस्थळी, स्वप्नांत, धाकातच भेटायचे! धडधडीत, अभावात, गरिबीत, काळात हा असा खच्चून आनंद भरलेला असायचा. आता ही धडपड फार उरली नाही. आनंद पातळ झाला आणि कष्टही लवचीक झाले. काळच प्रचंड बदलला आहे. नागराज मंजुळेंचा 'नाळ'सारखा सिनेमा पाहिला, की काळ नाचत समोर येतो. *सकाळी बीगीनं उठायचं, आवरायचं. दुरडीतील भाकर पालवात बांधायची. शिळेपाके भाकर कोरड्यास-चटणी सोबत घ्यायची. वह्यापुस्तकांना झोऱ्या (पिशवी) आईने घरीच तयार केलेला. दबर कपड्यांचा किंवा खताच्या पोत्यांचा झोऱ्या पाठीवर टाकायचा आणि तडक शाळेची वाट धरायची. कुरकुर केली की पाठीत धपाटा मिळायचा. बाप डाफरायचा. माय पिल्लू पदराखाली घ्यायची. लेकराचे डोळे पुसायची. कान फुंकायची. शाळेची सुवर्णवाट अशीच सुरू व्हायची. या सर्व धडपडीत, जिद्दीत मुंगी साखरेचा रवा असायचा!* आता, हे दिवस तसे उरलेले नाहीत. शाळा अद्ययावत झाल्या. वाट तुडवत शाळेला जाणे जवळजवळ संपले. शिक्षण स्वस्त राहिले नाही. 'पैसा फेको स्कूल देखो' अशी ब्रीदवाक्ये प्रिय बनू लागली. खेळ संपले. खेळांची मैदानेही बिल्डरांनी ताब्यात घेतली. शिक्षणाचा ढाचा हा अधिक पुस्तकी झाला. 'व्यवहार आणि शहाणपण' शाळेच्या जणू बाहेर निघून गेले. शहाणपण मिळवण्यासाठी शाळाच हवी; ही अट शिथिल झाली. 'कोचिंग क्लास' नावाची व्यावहारिक संकल्पना पैशांच्या राशीमध्ये रुजत गेली, हे वास्तव आहे. ते उत्तम आहे की नाही, तुम्ही ठरवा! मात्र काळ तर बदलला आहे आणि बापांची शाळा मुलांच्या लेखी शून्य झाली आहे.

तरीही, 'आनंदासाठी शिक्षण' हे तर मान्यच करायला हवे. 'घोका आणि ओका' याला काय अर्थ? जीवनानंद आणि भविष्यवेध शिक्षणातून वगळले गेले तर ते शिक्षण काय कामाचे? हा पण विचार बाजूला करून चालणार नाही. काळ तर स्वीकारावा लागेल. बदल नाकारता येणार नाहीत. काळासोबत चालावेसुद्धा लागेल. दुमत नाहीच. पण, 'लहानपण दे गा देवा, मुंगी साखरेचा रवा' हे मुलांच्या मुठीतून सुटायला नको.

१५.६.२०१९

❑❑

इथे इमान उगवते मातीतून

व्यवहाराची रास जगण्यात मिसळायला नको; कारण सरळ जगण्याचा कधी त्रास होत नाही. शिवाय, स्वप्नंसुद्धा फार जाडजूड नसली पाहिजे. क्षमता कळली किंवा वास्तवाची जाणीव सतत बाळगली म्हणजे जाडजूड स्वप्नांचा भंग होत नाही. शेवटी सत्य तेच खरे आणि वास्तव हेच अंतिम! उगी भ्रमात राहून उपयोग नसतो.

ज्यांच्या पायांना जमिनीची माती लागलेली आहे, ज्यांना गावशिवारांचा वारा माहीत आहे, असे माणसांचे जग इमानापासून ढळत नाही. कारण, तिथे इमान हे मातीतूनच उगवलेले असते. माणसामाणसांतील सौहार्द, एकमेकांतील जिव्हाळा, परस्परांविषयीची आपुलकी, एकमेकांना मदत करण्याची भावना आणि सुख-दु:खात धावून जाण्याविषयी जपलेले ममत्व याच्यापलीकडे संस्कृती नसते. याने त्याला लुटावे, फसवावे; हे वर्तन संस्कृतीत माती मिसळणारे असते. हल्ली या सर्व गोष्टी मिटत चालल्या आहेत. मतलबांसमोर इमान किरकोळ होत चालले आहे. काळ तर मोठा कठीण बनत चालला आहे. गावाकडचा सगळा भूतकाळ आठवला की जिवाची तगमग वाढू लागते.

आजचा काळ किती अंगावर येतो पाहा : गावात ताक कधी विकलेले नव्हते. चहापुरते गिलासातून दूध सहज कुणाला देताना डोळ्यांत व्यवहाराचे भाव नव्हते. भुईमुगाच्या शेंगा, मळ्यातला ऊस, वाफ्यातली भाजी, दुरडीतली भाकर, भगोन्यातली भाजी, रायत्याची फोड, गुळाचा खडा आणि चुलीतला विस्तव असे एक नाही तर हजार विषय सहजपणे एकमेकांना दिले-घेतले जात. जीवन कसे वाहत्या पाण्यासारखे निर्मळ आणि स्वच्छ होते. माणसांत एकोपा होता. भांडणतंटा होता; पण जिवावर बेतणारे आजच्याएवढे राग माणसांच्या मनात नव्हते. आज व्यवहार उर्मट झाला आहे. स्वार्थाची धिटाई वाढली आहे. स्वत:च्या पायांजवळ

पाहण्याचा रोग जास्त बळावला आहे. कविवर्य नारायण सुर्वे यांच्या कवितेतून बोलायचे तर 'आदमी स्वस्त झाला आणि बकरा महाग झाला आहे.'

महागाईने नीयत खराब करून टाकली आहे. पैशापुढे सगळे काही शरण बनले आहे. पैशातूनच वैऱ्याला वाव मिळू लागला. कोण कुणाला ओळखतो या जमान्यात? लोभ आणि लाभ या पलीकडे कुणी धावायला तयार नाही. जणू काळाचे पाय उलटे झाले आहेत; आणि जो तो आनंदात माती कालवायला बसला आहे. ही समाजात पसरलेली एक बिमारीच आहे. जी बिमारी स्वार्थाच्या जखमेला जोडलेली आहे. यातून माणूस कधीतरी मुक्त व्हायला हवा. कमी अपेक्षा, आनंदाचा शोध, सुखाच्या माफक अपेक्षा, स्पर्धेशिवाय जगणे आणि तुलनेपासून दूर राहणे, हे जर करता आले तर कोणत्याही काळात आनंदाला तोटा नाही. पण हे जमायचे कसे? हाच खरा प्रश्न आहे!

इमान मातीतून कसे उगवते, याचे एक उदाहरण सांगतो. भाजी-बाजारात थेट शेतकऱ्यांकडून फळभाज्या खरेदी करताना चार वांगी, कोथिंबिरीच्या चार काड्या, जास्तीचा एखादा आंबा किंवा कोणते एखादे फळ अधिकचे देताना शेतकरी हात आखडता कधीच घेत नाही. मातीतून उगवलेली संस्कृती आणि जन्मजात एका अपरिहार्य संस्कृतीमधून, संस्कारशीलतेमधून त्याच्या मनी वसलेले औदार्य अशा देवाणघेवाणीमधून दिसते, जे लपून राहत नाही. आपण कुठे विकत आणल आहे. आपल्याच शेतातले आहे. यामधूनच कोणत्याही मालाचे माप त्याने तुमच्यासाठी झुकते ठेवले. हे शेतकऱ्यांच्या जीवनसंस्कृतीचे खरे आत्मचरित्र आहे. त्याने खाताना भाकरी मोजल्या नाहीत आणि जेवणाच्या ताटांचे कधी हिशेब केलेले नाहीत. शेतकरीघरांची खरी ओळख ही अशी आहे. हे इमान मुळात जमिनीतून उगवलेले आहे. हा न्याय साबणाच्या वडीला, बिस्किटाच्या पुड्याला, चॉकलेटच्या वस्तूला, टाचणीच्या पाकिटाला लागू होत नाही. जे घरात पिकत नाही ते कुणी स्वस्तात विकत नाही. वस्तू आणि व्यवहारापुढे माणूस पालापाचोळा आहे.

गावमातीची आणि शेतजमिनीची सर कुणालाही येऊ शकत नाही. ज्यांच्या पायांना आणि ज्यांच्या तळहातांना जमिनीची माती लागली आहे; त्यांचे इमान और कुछ असते. तिथे, नजरेमध्ये सततच व्यवहाराची भाषा आणि पैशांची नशा असू शकत नाही. कारण, हे लोक इमान उगवणाऱ्या मातीशी जागणारे असतात.

२२.६.२०१९

❑❑

गायींच्या खुरांची भुई वाट पाहतेय

'भुईला दंडवत करत शेतीमातीला कष्ट अर्पण करणारा' अशी शेतकऱ्याची ओळख. 'दे माय धरणी ठाय' या प्रकारचे अमर वाक्य जमिनीला पुढ्यात ठेवून उच्चारले जाते. भुई ही फक्त भाकर-उत्पादक शाश्वत गोष्ट नाही; तर ती अवघे जग सावरणारी अशी चिरंजीव जागा आहे. 'कुठेही जा, पण भुईला भार नको. कारण सगळ्यांचे पाय मातीचे असतात,' अशा आदेशात, अशा आशीर्वादात भुईची प्रतिष्ठा गृहीत धरलेलीच असते.

'भुई पिकते म्हणून जग जगते' हे अमर विधान आहे. जन्म काय, मरण काय भुईबिगर गत्यंतरच नाही. भुईचे वय किती, हे कुणाला सांगता येईल, शक्यता नाही. भुई नांगरल्याचे पहिलेवहिले पुरावे पुराणात गवसतात. भुई हादरल्याच्या नोंदी भूगोलाच्या पानांवर सापडतात. भुई आणि भुईच्या खाली पाणी आहे, हे गृहीत आहे; पण भुईखाली असणाऱ्या पाण्याचा थांग कुणाला लागला, हे शास्त्राच्याही आधारे नाही सांगता येत.

भुई आहे म्हणून चारा आहे; भुई आहे म्हणून पाणी आहे; भुई आहे म्हणून पायांना चाल आणि अर्थ आहे; भुई आहे म्हणून जंगल, अरण्य आहेत; भुई आहे म्हणून पायवाटा, रानवाटा आहेत; भुई आहे म्हणून चालता, बसता, उठता, झोपता, पळता येते. 'पळता भुई थोडी' यासारखी धाकांची विधाने भुईला स्वीकारूनच केली जातात. ही अशी भुई आज कशी आहे? तिचा काही भाग धरणांखाली, काही भाग अरण्यांखाली, काही भाग मानवी वस्तीखाली, काही भाग उद्योगांखाली, काही भाग शेतीखाली, काही भाग घर-बंगल्यांखाली आहे. अजून कुठे-कुठे भुई पसरून आहे जगभर! भुईशिवाय जग नाही. ही अशी पवित्र भुई आज कुठल्या कचाट्यात सापडली आहे. भूखंडाच्या नावाखाली ती कुणी-कुणी हडप केली

आहे? शेतकऱ्यांच्या जमिनी घेणारे कोण आहेत? नापिकीचा शाप भुईच्या भाळी कुणामुळे आणि कशामुळे लागला आहे? 'भुई पिकवायला, कसायला परवडत नाही' या नकारामागचा हुंकार कुणी ऐकतोय का? भुईच्या पदरात दुष्काळांचा उन्हाळा कुणी बांधला आहे? भुई विकून लोक गावांबाहेर का चालले आहेत? शांतपणाने या सर्व प्रश्नांची उत्तरे भुई कसणाऱ्यांनी शोधली पाहिजेत आणि ज्यांचे पाय जमिनीवर आहेत, अशा सर्वांनी याबद्दल विचार केला पाहिजे. या प्रश्नांना बगल देऊन नाहीच चालणार!

आता राहिला प्रश्न गायींचा– गोधनाचा! पूर्वी घरोघरी खंडीखंडी गायी असायच्या. लग्नांत, लग्न झाल्यावर दुभती गाय आंदण म्हणून सासरी द्यायची एक मंगल पद्धत होतीच. एका गायीची वासरं व्हायची. गोधन विस्तार व्हायचा. शेतीकामांना खिल्लार मिळायचे. पिढी पुष्ट व्हायला दूध, लोणी, तूप, दही, ताक मिळायचे. घर सुखाने, गोठा सुखाने बहरलेला असायचा. शेणखतांनी भरलेले उकंडे भुईचा कस आणि पत राखायचे. शेती जोरकस पिकायची. कारण घरोघरी गायी होत्या. गायी होत्या म्हणून भुईचा कस आणि भुईची उत्पादकतासुद्धा प्रसन्न, भरपूर, आरोग्याला अधिक पूरक होती. आता गावोगावी आणि शिवारभर गायींचा फारसा आढळ दिसून येत नाही. गायी गेल्या आणि भुईचे वैभव पूर्वीसारखे आता राहिलेले नाही. हे पटो न पटो; पण खरंच आहे. पायांखालची भुई सोडता येत नाही; पण बांधलेल्या आणि बांधून पुन्हा सोडून दिलेल्या गायी गेल्या कुठे?

भुईवरचा चारा गायींची वाट पाहतो आहे. रिकामे गोठे गायींची वाट पहात आहेत. रासायनिक खतांनी थकलेली भुई गायींच्या शेणाचा गंध मागत आहे. कासेला लुचणारी ही वासरांची जीभ गायींना हाक घालत आहे.

गायी आणि भुई यांच्या भेटी घट्ट व्हायला हव्यात. गायींच्या खुरांची भुई वाट पाहत आहे. गायी घरी यायला हव्यात. गायी शिवारांतून हिंडायला हव्यात.

२९.६.२०१९

❑❑

हा छंद जिवाला लावी पिसे

नुसते घुम्यासारखे बसून राहण्यात मजा नाही. धडपड, धावपळ, ऊठ-बस हवीच. रिकामे मन सैतानाचे घर, असे उगीच म्हणून ठेवले नाही. काहीतरी छंद हवा, जो माणसाला गुंतून ठेवायला मदत करतो. अनंत काणेकरांनी म्हटलेय, की 'स्वत:साठी जगलास तर मेलास; इतरांसाठी जगलास तर जगलास!' आपण इतरांसाठी काय करतो, यालाही महत्त्व आहेच.

आवतीभवती स्वार्थपरायणता वाढत चालली आहे. स्वत:च्या पलीकडे कुणाला बघायला वेळ नाही. हे चित्र सगळीकडेच दिसते, असे नाही; पण स्वत:च्या पायांजवळ पाहणारे जास्त वाढू लागले, हे काही खोटे नाही.

तुम्हांला आनंद कुठे, कशात मिळेल हे नेमके सांगता येत नाही. पण आनंदाच्या शोधात लागलात की आनंद मिळतो. त्यावरचा छंद हा फार चांगला उपाय. छंद दोन प्रकारचे आहेत : चांगले छंद आणि वाईट छंद. छंदाचा तिसरा प्रकार नसावा.

भूतकाळात डोकावले की नाना छंदांची आठवण मनात चमकून उठते, डोळ्यांपुढे नाचते. 'हा छंद जिवाला लावी पिसे' या गाण्याप्रमाणे कितीक छंदांनी मनात घर केलेले आहे. हे छंद जगण्यातील, त्या काळातील एक प्रकारे टॉनिक. या छंदांनी आठवणींचा झोका आपल्या जीवनाच्या फांदीला बांधलेला आहे. त्यातून आनंद मिळाला, जीवन सुखात्म झाले, त्यातूनच मित्र मिळाले, आणि या छंदामुळे सुवर्णकाळाच्या मुद्रा ओंजळीत जमा झाल्या.

आता मुलांना छंद आहेत; पण त्याचे स्वरूप बदलले. वाढत्या शहरीकरणाने ओझ्यांचे शिक्षण, पैशांचे ज्ञान आणि विविध स्पर्धांचे साखळदंड वागवत मुले धावत आहेत. कोणती शर्यत जिंकायची यापेक्षा 'पळत राहा, पळत राहा' एवढा एक मंत्र मुले घोकतात. ज्या मंत्रामुळे पदरात काय पडेल हे सांगता येत नाही. त्यांची

दमछाक मात्र अवश्य होताना दिसते. स्वत:कडे निरोगी जगण्याइतकेही लक्ष द्यायला आपण तयार नाही. सगळे झटपट, सगळे पटपट! ध्यासांनी धाप लागू लागली आहे. धावणारे हे जग बघून 'कसं होईल बाबा याचं,' असे म्हणायची वेळ आली. जणू जीवन बारीक झाले आणि स्वप्न आभाळभर. जगण्यातले सुख, जे टिकणारे आहे; ते मात्र गवसता गवसत नाही!

माझे बालपण आठवले. अनेक दोस्त आठवले आणि शिगोशीग भरलेला आनंद आठवला! आता ते आनंद नव्या पिढीच्या नशिबात मुबलक स्वरूपात नक्कीच नाहीत. झाडांवर चढण्याशी जोडलेले किती खेळ होते. गायी-म्हशी रानात चरायला घेऊन जाताना म्हशीच्या पाठीवर बसून दिमाखदार डौल आता किती उरला आहे. शेळ्यांची राखण करताना वाटेत कधीही शेळीचे दूध काढून त्या दुधाची मजा घेण्याचे दिवस कुठे गेले आहेत? पाठीला कद्दू बांधून पाण्याने भरलेल्या विहिरीत दिवसभर पोहून पदरात पडलेला आनंद आता कुठे मिळतो? खेळांना जागा होत्या. मैदाने होती. घरीदारी, रानात, शाळेत खेळांच्या वेळा राखीव होत्या. मनात प्रमोद भरावा आणि शरीरं उजळून निघावीत असे खेळ पुष्कळ होते. खेळांनी सौष्ठव शोभिवंत केलेले होते. आता हे चित्र बघायला मिळत नाही. खेळांची मैदाने वाढत्या शहरांनी गिळली आहेत. बांधकामांचे विळखे खेळांच्या नरडीला नख लावताना आढळतात. खेळांचा खेळ खलास झाला आहे. मोबाईलच्या बारीक महागड्या पेटीला मुले बांधली गेली आणि त्यांचे खेळ टांगले गेले आहेत. जिवाला पिसे लावणारे ते आनंदाचे छंद आता कुठे राहिलेले आहेत? कुस्ती आणि कबड्डी किंवा खो-खो यांसारखे सहज खेळ ही खेड्यांची व नव्या पिढीची ओळख होती. या गावात, त्या गावात जत्रा होत्या. ज्यामधून आनंदाचा पूर खळाळून वाहत होता. आत्ताच्या जत्राही पूर्वीसारख्या भरत नाहीत. छंद आटले, आनंद सरला. सुखाचे संदर्भ पूर्वीचे राहिलेले नाहीत. आता भरतात बाजार. जिथे आहे फक्त व्यवहार. बाजारात आनंद बोलत नाही. पैसा बोलतो बाजारात. पैशाची जिथे गोष्ट केली जाते, तिथे आनंदाचे निखळ स्वरूप शिल्लक राहत नाही. आपण सगळेच या अशा एका बिंदूजवळ आलो आहोत, ज्याला काही इलाज नाही.

६.७.२०१९

❑❑

आई आहे शेतात...

पुरुषांच्या श्रमाचे अधोरेखन अथवा मूल्यमापन नेहमीच करण्यात येते. मात्र, घरी आणि शेतात जन्मभर शांतपणे काम करणाऱ्या स्त्रियांच्या श्रमाचा ताळेबंद न्यायाच्या, सर्वन्यायाने मांडला जात नाही. यामागे पुरुषसत्ताक पद्धत अथवा लिंगभावात्मक मालकशाही पूर्वापार स्पष्ट होत गेलेली आहे. आपण असा हिशेब कधी केला आहे का? की, सकाळी उठल्यापासून पुढे दिवसभर आणि भुईला पाठ टेकवेपर्यंत रात्रीपर्यंत एकेक स्त्री किती, काय, कोणते, शिवाय कुरकुर न करता काम करत असते? याबद्दलचे ऑडिट नाही झाले का आजपर्यंत? सर्व या प्रश्नांची उत्तरे आपण दिली नाहीत किंवा सर्व या प्रश्नांशी जोडून येणाऱ्या मुद्द्यांचा आपण शांतपणे कधी विचार केलेला नाही.

आता हेच बघा, गोठ्यातल्या जित्राबांची, वासरू-शेळ्यांची सोडबांध कोण करते? दुधाच्या धारा कोण काढते? चुलीवर दूध कोण तापवते? जेवणाचे ताट कोण करते? स्वयंपाकात एवढा सर्व वेळ कोण घालवते? सगळ्यांच्या जेवणाची चिंता कोण वाहते? हापशाचे पाणी काढून कोण आणते? डोईवर-कमरेवर घागरी वाहून नेत घरातील हौद-रांजण कोण भरते? लेकरांच्या शाळेची सर्व तयारी कोण करून देते? बाळाचे दप्तर आणि खाऊ कोण भरून देते? चूल पेटवणारे हात कुणाचे आहेत? ताटात गरमागरम अन्न वाढणारे हात कुणाचे आहेत? सरपणाचे (जळतन) भारे कुणाच्या डोक्यांवरून वाहून आणले जातात? हे सगळे करत पुन्हा शेतावर भाकरीची पाटी कोण घेऊन जाते? गवताचे भारे कुणाच्या डोक्यावर असतात? पेरणीचा काळ, कापणीचा काळ, हंगाम, शिवारातले; असे एक नाही तर शंभर-दोनशे कामांचा सर्व निपटारा गृहलक्ष्मीशिवाय, मायीशिवाय, आईशिवाय, महिलेशिवाय कोण करून दाखवेल?

'धरणीमाय आणि माय' या दोन विशाल संस्था ग्रामीण जीवनसंस्कृतीमधून आपण वेगळ्या काढू शकत नाही. म्हणूनच, 'आई आहे शेतात...' या शब्दांना कष्टाचे विविध संदर्भ प्राप्त होतात. शेतामध्ये आईचे-महिलेचे असणे, शेतीसंस्कृतीच्या व्याख्येचे पूर्णत्व सांगणारे आहे. स्त्री आणि पुरुष यांच्या एकसंधतेला रथांची चाके म्हणून किंवा प्रपंचाचा गाडा म्हणून आपण राजरोस जप करत असलो, तरीही आईच्या शेतात असण्याला आणि संसाराचा जन्मभर गाडा हाकणाऱ्या महिलांच्या कष्टांचा समग्र आणि गांभीर्याने आपण विचार केलेला दिसतच नाही!

सुखदुःखाच्या वेळी ओतप्रोत भावनांनी कोण भरलेले असते? दुःख हलके चटकन कुणामुळे होते? दूरदेशी जाताना चटकन डोळे कुणाचे डबडबतात? तुमच्या पाठीवरून-गालांवरून चटकन हात कुणाचा फिरतो? जन्मल्यावर तुमचे संगोपन कोण करते? थकल्याभागल्यावर तुमचा घरातला पहिला डॉक्टर कोण असते? तुमच्या न्याहारीची तयारी लगबगीने कोण करते? या सर्व परंपरेचे नाव 'फक्त आई' एवढेच आहे. सदोदित तुमच्यासाठी घरीदारी-शेतात ठामपणे उभी असणारी ही माउलीच आहे! म्हणूनच 'आई आहे शेतात...' या शब्दांभोवती सारे जीवनाचे संदर्भ लगडलेले आहेत. तिच्याच भोवती आपल्या श्वासांची लय निरामय झालेली आहे. पुरुषांच्या कर्तृत्वाचे योगदान कुणी नाकारून शकत नाही. पण, 'प्रत्येक पुरुषाच्या मागे...' हे जे काही वचन आपण सतत ऐकत असतो, त्या वचनाचा हिशेब मात्र आपण दिलेला दिसून येत नाही. पाच बोटं सारखी नसतात; हे कबूल असले तरी आईच्या श्रमसेवेला तोड नाही, हेही तितकेच खरे! शिवाय, ती एवढे करते गलबला न करता; ती कष्टते गवगवा न करता. तिच्या सहनशक्तीला आणि तिच्या समंजस धीरोदात्तपणाला खरोखरच शब्द नाहीत. किती लिहिले तरी आई कादंबरीत, कवितेत मावत नाही. आईने आयुष्यभर केलेले आमुचे हित कितीही लिहून झाले तरी पूर्ण होत नाहीत. आईने केलेल्या कष्टाचा आलेखच मुळी आकाश-उंचीशी एकरूप होणारा आहे. शेतकरी संघटनेने तीन लक्ष स्त्रियांना एकत्र करून चांदवड (जि. नाशिक) येथे अधिवेशन घेतले होते. त्या अधिवेशनाची ऐतिहासिक आठवण शेतात उभी असणाऱ्या आईच्या याप्रसंगी मनात तरळून येते!

आस्था आणि विचाराने असा विचार सतत आपण करायला हवा. त्यातूनच शेतात असणारी आई लवकर कळेल.

१३.७.२०१९

राखणदारीतली इमानदारी

जेमतेम उंची असलेला कुत्रा हा प्राणी कमालीचा इमानी, विश्वासू सोबती म्हणून लोकप्रिय आहे. शेतावरच्या जागलींसाठी, शिवार-साधनांचे जतन करण्यासाठी कुत्रा खूप लाडका मानला जातो. अनोळखी माणसे कुत्र्याजवळ फिरकू शकत नाहीत. असे पाळलेले कुत्रे भुकंण्यातून समोरच्यावर जबर धाक बसवतात, अंगावर भीतीचा काटा उभा करतात. शहरात तर बंगलोबंगली कुत्री पाळली जातात. शिवाय, ही कुत्री पुष्कळ महागही असतात. गेटच्या बाहेर 'कुत्र्यापासून सावधान' अशा पाट्या वाचायला मिळतात. एकूण काय; तर, रक्षणासाठी किंवा एकूण भयमुक्ततेचे चिन्ह म्हणून कुत्रा हा प्राणी समाजप्रिय, सुरक्षाप्रिय, विश्वासू, जीव लावावा असाच आहे.

पोलीस विभागात विशिष्ट जातींच्या कुत्र्यांचे स्थान मुळात विविध तपास लावण्यासाठी महत्त्वपूर्ण मानले जाते. शोधमोहिमेत हा प्राणी महत्त्वाचे कार्य करतो. सर्व कालखंडात कुत्रा हा काळासोबत, समाजासोबत, माणसांची सोबत करत आला. यामागे विश्वास हे एक मुख्य कारण आहे. सिंडिकेट नावाच्या मोठ्या बँकरचनेमध्ये कुत्रा हा प्राणी बोधचिन्ह झालेला आहे. इथेही विश्वासार्हता व मैत्रिपूर्णता असाच संदेश दिलेला आहे. नाईचाकूर नावाचे एक गाव मारुती चितमपल्ली यांच्या लेखात कधीतरी वाचले. त्यात नाई म्हणजे कुत्रा. म्हणजे जुन्या काळात गावाचे नाव कुत्र्यावरून आढळते. याचा अर्थ *ग्रामरक्षण, समाजरक्षण यासाठी कुत्र्याला पूर्वापार मोठे स्थान दिलेले आहे. प्रामाणिकतेचा एक कठोर निकष कुत्रा कायम ठरलेला आहे. माणूस, प्रांत, काळ, देश, गाव यांच्याही पलीकडे जाऊन जगाने कुत्र्यावर अतोनात प्रेमच केलेले आहे.* खाल्ल्या मिठाला जागण्याचा धर्म कुत्रा कधी सोडत नाही. कमालीची विश्वासार्हता या प्राण्यासोबत जोडलेली आढळते.

या प्राण्याची प्रारंभिक लक्षणे कोणती आहेत? अंगावर धावून येतात, दिसताक्षणी भुंकतात, चावतात. मालक किंवा घरातला कोणताही परिचित माणूस दिसला की कुत्री प्रचंड आदबीने वागतात. 'गोंडा घोळणे' यासारखा वाक्यप्रयोग इथे लागू पडतो. पण हा गोंडा आपण उगीच अधिक भ्रष्ट करून टाकला आहे. कारण कुत्र्याचा तो प्रकृतिधर्म आहे. त्यातून त्याच्या स्वभावासह भाव चटकन लक्षात येतो. खरे म्हणजे पाळीव जनावरांची; म्हणजे गाई, म्हशी, बैल, कोंबड्या, शेळ्या यांसारख्या जिवंत मालमत्तेचे रक्षण सतत करावयास कुत्र्यांनी साहाय्य केले आहे. घरी किंवा शेतावर निवांत झोपण्याचे बळ माणसाला कुत्र्यांनी दिलेले आहे. रानावनांत, बाहेर सोबत कुत्रा असेल तर माणूस कशाला घाबरत नाही. सोबत कुत्रा असला की हिमतीची किंमत चौपटीने वाढते. जागेपणासाठी 'कुत्र्याची झोप' अशी एक म्हण आहे. कारण कुत्रा सहसा झोपत नाही. रात्री त्याचे संवेदन तीक्ष्ण असते. जरा जरी कुठे खुट्टं वाजले, की कुत्रा सज्ज, सावध होतो. तो भुंकण्यातून जरब बसवतो. हल्ला करायला तो क्षणात तयार असतो. चोर किंवा परका कुणी संशयास्पद आला की कुत्रा प्रचंड सतर्क राहतो आणि आक्रमक पवित्रा घेत समोरच्या संशयावर तुटून पडतो.

समाजाची रात्रीची झोप सुखमय करण्यासाठी कुत्रा नावाच्या प्राण्याचे योगदान कालानुकाल मान्य करण्यात आलेले आहे. शेतावर, जागलीवर, रानात, आखाड्यावर, गावाबाहेरच्या वस्तीवर कुत्र्यांची संरक्षणामधली भूमिका महत्त्वाची ठरत आली आहे. पूर्वी प्रवासात बैलगाडी खूप वापरली जात असे. अशा वेळी बैलगाडीगाडीच्या मागे-पुढे, गाडीखाली, बैलासोबत कुत्रा हमखास दिसायचा. सोबतीच्या किंवा रक्षणाच्या पातळीवर या प्रामाणिक असलेल्या प्राण्याचे हे स्थान स्वाभाविकच मौलिक व हिंमतवान होते. थोडक्यात, कुत्रा पाळणे हा प्राचीन शौक आहे. जुनी रीत आहे. इतिहासाच्या पानांवरसुद्धा प्रामाणिकपणाची साक्ष म्हणून नमूद केलेला हा प्राणी आहे. सगळ्या भूमीवरच या प्राण्याचा वावर दिसतो. गरीब, श्रीमंत अशी दरी कुत्रा पाळण्यातून दिसत नाही. राव ते रंक या सर्वांसोबत या प्राण्याने इमानेइतबारे साथ केलेली आहे. लहान मूल ते म्हातारा मनुष्य अशा सर्वांनीच कुत्रा नावाच्या प्राण्याला लळा लावला आहे. आणि हे सर्व लोक अनोळखी असलेल्या कुत्र्यांपासून भय वाटले की चार हात दूर राहिलेले आहेत.

२०.७.२०१९

❑❑

चुलीवरच्या चवदार चवीची चर्चा

चूल... दोनच अक्षरांचा एकदम भारी शब्द. ज्या शब्दाचे नाते घर, संसार यांच्याशी जोडलेले. घनघोर गरिबी स्पष्ट करताना 'चूल पेटण्याचीही भ्रांत आहे,' असे बोलले जाते. सगळीकडे सारखे चित्र आहे, हे सांगताना 'घरोघरी मातीच्या चुली' असे म्हणीतून दाखवले जाते. गावात विवाहानिमित्त घरातील सगळ्यांना जेवणाचे निमंत्रण देताना 'चूलबंद आवतान' देऊन बोलावण्याची रीत आहे. चुलीने भाषेलाही अलंकार चढवले आहेत. एखाद्या गोष्टीशी आपले काहीच देणे-घेणे नाही, हे दाखवताना 'ते चुलीत घाल' असा त्राग्याचा शब्द वापरला जातो. दु:खद घटनांचे पडसाद मनावर, समाजावर, गावावर कसे उमटतात बघा, अशा वेळी 'कुणाच्याही घरी चूल पेटवली गेली नाही' असे दिसून येते. *चूल ही भूक जिंकणारी जागा आहे. अन्नदेवता आहे ती. ती रोज पेटली पाहिजे, यासाठी जशा प्रार्थना असतात, त्याप्रमाणेच चुलीवर शिजवलेले अन्न सर्वांच्या ताटांतून पोटात जावे, यासाठीही प्रार्थना असतात. चूल आणि प्रार्थना यांचे नाते क्षुधाशांतीशी असे जोडलेले बघायला मिळते.*

चूल ही चवींची प्रधान जागा. गॅस आणि शेगडी यांच्या प्रगत जमान्यात जी चव चुलीवर शिजणाऱ्या पदार्थाला आहे, ती चव शेगडीच्या अन्नाला नाही. धूर नसलेल्या चुलींचे शोध लागले आहेत या काळात! चुलीत घालून लालबुंद इंगळांवर जे-जे भाजले जाते, त्या-त्या पदार्थांची चव 'खमंगाई' वाढवायला मदतच करते. चुलीवरचे पिठले, चुलीवर भाजलेले वांग्याचे भरीत, चुलीपुढे भाजलेली भाकर, मक्याची कणसं, विविध प्रकारच्या भाजलेल्या शेंगा, चुलीवरची शेवभाजी किंवा चुलीवरचे खास तयार केलेले मटण... काय-काय आणि किती-किती पदार्थांना जी जोमदार चव दिली, त्या चवीत चुलीचा वाटा सर्वांत मोठा आहे.

चूल अन्नपूर्णा... चूल भूकलक्ष्मी... चूल, अग्नीचीसुद्धा देवता! पोटाचे सारे आधार चूल वगळून स्पष्ट करता येत नाहीत. खेड्यांच्या संस्कृतीत चूल ही असंख्य संदर्भांत आलेली आणि राहिलेली आहे. ती जीवनाचे चिन्ह ठरली. संस्कृतीची ओळख सांगताना चुलीला वगळून पूर्ण होऊ शकत नाही. एवढे सर्व असताना 'राजकारण गेले चुलीत', असे का म्हणतात, हे कोडे मात्र नीट उलगडत नाही. चुलीसाठी घरात एक नेमून दिलेली जागा असते. चूल फक्त चूल नसते. तिच्याभोवती घरोघरी जळतन ठेवलेले असते. भांड्यांचा मेळासुद्धा चुलीलगतच असतो. पोटात कावळे ओरडू लागले म्हणजे भूक चुलीलगत येऊन बसते आणि भाजणारे-शिजणारे जे-जे असते, त्याची भूक वाट पाहते. याला साक्ष चूल असते.

दुष्काळ पडतात. चुली पेटवणे अवघड होते. अतिवृष्टी झाली की झोपड्या गळतात. चुली विझतात. लाकडं ओली होतात. चूल पेटत नाही. दमछाक होते. खेड्यापाड्यांत स्वयंपाक करणाऱ्या मायमाउल्यांचे हाल अशा वेळी पाहवत नाहीत. चूल जणू छळ मांडते. चुलीची ही नाना रूपे जिवाची घालमेल करतात. हे सर्व खरे असले तरी चुलीचा इतिहास फार जुना आहे. भूक पेटली की खळगी भरावी लागते तेव्हा चूल आठवतेच. हल्ली शहरी जीवनशैलीतून चूल बाद होत चालली असली तरी भूक शमवणारे आदिम स्थळ चूलच आहे. चटणी-भाकरीचा संदर्भ चुलीबिगर स्पष्ट होत नाही.

या अशा चुली आता हायवेवर किंवा विविध परिवहन राज्यमार्गांवर हॉटेल संस्कृतीने पेटवल्या आहेत. आभाळाच्या उंचीचे फलक लावून 'चुलीवरचे अमकेढमके' इथे खायला मिळेल, अशा जाहिराती वाढत चालल्या आहेत. घरातली चूल व्यवसायांनी अशी सडकेवर मांडली आहे. बघा हा काळाचा महिमा! आणि मग हायवेवर चारचाकी वाहनांची तोबा गर्दी अशी चुलींच्या चवींसाठी, चुलीवरचे खाण्यासाठी ढाबे आणि हॉटेलांकडे लोहचुंबकाप्रमाणे खेचली जाऊ लागली आहे. चुलीवरच्या चवदार चवींची ही अशी पोटभर चर्चा या चालू वर्तमानात अधिक होताना दिसते.

चुलीवर भाजलेले आणि चुलीवर शिजवलेले खाण्यासाठी खवय्यांची तोबा गर्दी अशी चुलीच्या प्रेमात आहे. कारण, चूल मुळात चिरंतन वस्तू आहे. ती तुमच्या जिभेला वश करतेच करते.

२७.७.२०१९

❑❑

पावसा, तू असा घनघोर ये, बाबा!

पाऊस पुष्कळच लहरी झालाय. आठवडा किंवा दहा दिवस उशीर समजू शकतो; पण दोन-दोन महिने लेट त्याचे कोसळणे जरा जास्तच अस्वस्थ करणारे आहे. मराठवाड्याच्या बहुतांश भागात जुलै संपत आला तरी अजून मनासारखा पाऊस पडलेला नाही. गावं आणि शहरं एका परेशानीत सापडली आहेत. यापुढे तो पडेलही; पण आत्ता तरी त्याने तोंडचे पाणी पळवले आहे. वर्गात एखादा मित्र उशिरा यावा, असा जणू पावसाचा स्वभाव बनत चालला आहे.

आमच्या लहानपणी पावसाने थैमान घातलेले आजही आठवते. दर वर्षी जोरदार कोसळणारा पाऊस सगळ्यांची भंबेरी उडवून द्यायचा. ओढे भरायचे. परगावात शाळेला चालत जाणे मुश्किल व्हायचे. चिखलाच्या, पुराच्या वाटा होऊन जायच्या. सगळीकडे चिकचिक, दलदल आणि सर्व परिसरांत भिजलेला ओला गंध गच्च भरून असायचा. आज हे स्वप्नासारखे वाटत आहे.

खेडोपाडी एप्रिल-मेमध्येच पाऊस कोसळणार म्हणून कामाचे नियोजन लावले जाई. पळसाच्या पानांचा रानातून व्हरका आणून पावसाळ्यापूर्वी झोपड्या शिवण्याचा गावभर कार्यक्रम चालायचा. पावसापासून रक्षण करण्यासाठी माणसे किती धावाधाव करत. मातीच्या भिंती पावसाने खचून, विरघळून जाऊ नयेत म्हणून तुरीच्या तुऱ्हाट्या भिंतीवर अंथरून त्यावर मातीची रांग घातली जायची. अशा पद्धतीने पावसाच्या धाकाने भिंतींचे रक्षण केले जायचे. जून-जुलै लागला रे लागला, की धडाडधूम वाजतगाजत पाऊस यायचा आणि अनेक दिवस लागून राहायचा. थांबायचे नावच घेत नसायचा. शत्रूने घरावर गोळ्या झाडाव्यात तसा पत्र्यावर पावसाचा आवाज यायचा. गरिबांची फाटकी घरे पावसाने घाबरून जात.

म्हणजे पावसाच्या धो-धो कोसळण्याने अंगात भीतीचे कापरे भरायचे, घरीदारी कोरडी जागा सापडत नसायची, असे खूप हाल पाऊस पदरात बांधायचा. खेड्यांची दशा बघवत नसायची. वीज गायब असायची. जिकडेतिकडे पाण्याचे डबके आणि चिखलाचे साम्राज्य असायचे. काळ्याभोर अंधाराची भीती रात्री अधिक जाणवायची. दर वर्षी पाऊस अशा पद्धतीची हालाची स्थिती उत्पन्न करायचा. या स्वभावाचा पाऊस आता गायब झाला आहे.

आठ-आठ दिवस शेतात जाण्याची सोय नसायची. कारण पाऊस थांबता थांबत नसे. घोंगडी, ढाबळं, धोतर किंवा जे-जे भेटेल ते अंगाभवती गुंडाळून बसून राहण्याइतपत गारठा पावसातून यायचा. वत्तलीपुढे किंवा चुलीपुढे हातपाय पसरून बसावे लागायचे. पाऊस अंगात हुडहुडी भरून द्यायचा. नंतर पुढे थंडी कहर करायची. झोपड्या पावसात गळायच्या. पुष्कळदा अनेक रात्री जागून काढाव्या लागत. पाऊस खंडता खंडत नसायचा. सगळ्या गावांची पाऊस बेजारी करून टाकायचा. प्रारंभीचा पावसाळा विजांच्या कडकडाटात रमायचा. वीज कोसळून खूप माणसे, पाळीव प्राणी गतप्राण व्हायची. पावसाचे कोसळणे असे अनेकदा प्राणावर बेतले जायचे. बिळातून किंवा भडोळ्यामधून विचित्र विषारी सरपटणारे जीव बाहेर यायचे. थेट घरात घुसायचे. 'पान लागून' (साप चावून) बायामाणसे मरणाच्या दाढेत जायची. पावसाळ्यात ही अशी संकटं विविध दिशांनी यायची आणि माणसांत भीतीचा काटा खुपसून टाकायची. पावसाच्या परिणामांची अशी नानाविध रूपे पर्जन्य ऋतूमध्ये बघायला मिळायची.

असा छळणारा, भीती बसवणारा, तारांबळ उडून देणारा, हाल करून सोडणारा, सगळीकडे पाणीच पाणी करून टाकणारा आणि शेतमळे फुलवणारा, माणसांच्या चेहऱ्यांवर श्रावण कोरणारा तो पावसाळा आता कुठे जाऊन बसला आहे? धो-धो कोसळत नाही. नदीचा पूर दाखवत नाही. ओढ्यावर माणसे अडून ठेवत नाही. लोकांना घराबाहेर पडू देत नाही. हा असा पावसाळा आता गेलाय तरी कुठे? वासरू-गाय त्याची वाट पाहत आहे. बांधावर उभे असलेले मायबाप त्याची वाट पाहत आहेत. करपणारी पिके त्याची वाट पाहत आहेत. बैलांच्या खुरात जाऊन बसलेले वाळलेले गवत पावसाची वाट बघत आहे. 'उशीर लावू नकोस. पावसा ये, तू असा घनघोर ये, बाबा!'

३.८.२०१९

❑❑

आता पुढे काय करायचे ?

'आता पुढे काय?' यासारखा प्रश्न सगळ्या काळात विचारला जाणारा आहे. या प्रश्नामध्ये जसे कुतूहल सामावलेले आहे तसेच चिंतेचाही सूर त्यातून लपून राहणारा नाही. आज शिक्षणाचा स्फोट झाला. त्यातूनच बेकारीचा प्रश्न जटील बनत चालला आहे. धावत राहायचे, दमछाक करून घ्यायची, रोज नव्या स्पर्धेला तोंड द्यायचे, या प्रकारे नव्या पिढीची ओळख बनत चालली आहे. आणि 'पुढे काय?' हा प्रश्न मात्र सुटत नाही, मिटत नाही.

सगळ्यांना नोकरी मिळणार नाही. सगळेच व्यवसायात उभे राहणार नाहीत. शिकून पुन्हा शहरांकडून गावाकडे किंवा शेताकडे कुणाला जावे वाटत नाही. कारण, खूप पदव्या मिळाल्या तरी हाताला काम नाही; यामुळे एक प्रकारची लाज तरुणांना लाजवत राहते. अशा वेळी आपला जीव आपल्याला खात राहतो. आता, 'पुढे काय करायचे?' हे प्रश्नाचे श्वापद हात धुऊन मागे लागलेले असते!

शिक्षणातून जी एक खिन्नता वाढू लागली, ती हटवण्यासाठी काही पर्याय उभे करता येऊ शकतात. ज्याला त्याला आवडीनुसार शिक्षणवाट निवडता यायला हवी आणि स्वत:ला प्रथम ओळखूनच शिक्षण घ्यायला हवे. 'नोकरीसाठीच शिक्षण' हा समज दूर करायला हवा. कौशल्य, हमी, नावीन्य ज्यात आहे, ते शिक्षण घ्यायला हवे. स्वत:च्या पायांवर उभे राहून आपण छान, नीट जगू शकतो, अशी शाश्वती स्वत:मध्ये वाढायला हवी. भाषा शिकण्याची, विविध भाषा आत्मसात करण्याची संधी विविध विद्यापीठांनी उपलब्ध करून दिलेली आहे. बहुभाषाज्ञानी होणे चांगले. त्यातून रोजगाराच्या छान संधी मिळत राहतात. आपले अंतर्बाह्य व्यक्तिमत्त्व कसे किंवा आपली खरी गुणवत्ता कुठल्या विषयात आहे, हे ज्याचे त्याला वेळीच हेरता यायला हवे. त्यातूनही 'पुढे काय?' असे प्रश्न कमी होऊ शकतात. मनाची काहीही

तयारी न करता किंवा कोणती मेहनत न घेता उगीच कुणाशी स्पर्धा करू नका. स्पर्धेला पूर्ण तयारीने सामोरे जा. मेहनत तुम्हांला मरू देत नाही; आणि शॉर्टकट जास्त धोकादायक असतात, हे विसरू नका. माझ्या वर्गातले मित्र कुठे चालले याकडे दुर्लक्ष करा. 'आतला' स्वतःचा आवाज ओळखा. स्वतःच्या क्षमतांबद्दल जरासे चिंतन करा, त्यानंतर पुढल्या शिक्षणाचे पाऊल उचला. उगी घरात बसून उंच पहाडाचा फुकट हेवा करू नका.

ज्ञानपारंगत शिक्षण महत्त्वाचे आहे. नुसत्या पदव्यांनी सजलेले शिक्षण तेवढे महत्त्वाचे नाही. शैक्षणिक पात्रता म्हणून पदवी मोलाची आहेच; पण ज्ञान आणि कौशल्य याकडे जास्त लक्ष हवे. हल्ली डिप्लोमापासून ते पीएच.डी.पर्यंत शिक्षण घेणाऱ्यांची संख्याही खूप आहे; आणि नोकऱ्या नाहीत. पात्रताधारक होऊनही संधी मिळत नाही. मग निराशा ग्रासत राहते; आणि आता पुढे काय, या प्रश्नाचे उत्तर मिळत नाही. वर्तमानाची पावले आणि या पावलांचे आवाज ओळखता यायला हवेत. त्यानुसार शिक्षण घ्या किंवा त्यानुसार पावले उचला. वय, आयुष्य, पैसा चुकीच्या जागी खर्चू नका. न उगवणाऱ्या खडकावर स्वप्ने पेरू नका. जास्त आणि चुकीचे सल्ले ऐकू नका, घेऊ नका. स्पर्धा परीक्षा हाही सुंदर पर्याय तुम्हांला उभे करू शकणारा आहे. तिथे सातत्य हवे. खूप कष्ट घ्यायची तयारी हवी. 'आता पुढे काय करायचे?' अशा प्रश्नांकडे समस्या किंवा चिंता म्हणून बघायला नको; तर यशाकडून नव्या यशाकडे जाण्यासाठी तो प्रश्न आपले कुतूहल वाढवणारा आहे. तशा भावनेने त्याकडे बघा!

असे प्रश्न उत्सुकतेने भरलेले ठेवा. असमाधान ठेवा; पण ते सकारात्मक मोडवर ठेवा. मी आणि माझे शिक्षण माझ्या परिवारासाठी, माझ्या या परिसरासाठी, माझ्या मातीसाठी, माझ्या देशातला अभाव संपवण्यासाठी आणि जे-जे गोरगरीब लोकसमूह सुखापासून दूर आहेत, जे-जे अन्यायात अडकलेले आहेत, त्यांना मुक्त करण्यासाठी फळास यायला हवे. यासाठी शिक्षण, त्यासाठीच सेवा, त्यासाठी संधी आणि नोकरी आहे; हे विसरू नका. शिक्षणातील भावना तसेच शिक्षणातील भूमिका स्वच्छ असली की 'आता पुढे काय करायचे' अशा प्रकारचे प्रश्न आपोआपच निकालात निघणारे असतात.

१०.८.२०१९

❑❑

पाणी रे पाणी

कोल्हापूर, सांगली, नंदुरबार, गडचिरोली, भामरागड हा परिसर जिथे बऱ्याचदा पावसाने सगळे जीवन कोलमडून पडते; तर मराठवाडा तहानलेला राहतो. निसर्ग कसा विचित्र तिढा निर्माण करतो, याची ही दोन विरुद्ध उदाहरणे आहेत. मराठवाड्यातील काही वाड्या-वस्त्यांवर टँकर्सद्वारे पाणीपुरवठा केला जातो. आणि नुकत्याच आलेल्या महापुराने सांगली, कोल्हापूर परिसरात शहरं आणि खेडी, तेथील एकूण जनजीवन, प्राणिसृष्टी घनघोर अशा पुराच्या संकटात सापडली. कोणावरही अशी संकटे येऊ नयेत. त्यासाठी मदत आणि प्रार्थना याकरिता समाजाने आपले हात सतत मोकळे केलेले असतात. महापुराने हा भयंकर अनुभव जनतेच्या आयुष्यात टाकून दिला. 'पानी रे पानी तेरा रंग कैसा' हे ऐकलेल्या गाण्याचे बोल जीवनाच्या एका वळणावर माणसाला एका भीषण स्वरूपात अनुभवावे लागले. अशी वेळ कुणावरही, कधीही यायला नको.

निसर्गाची या प्रकारची संकटे काही वर्षे लोटली की पुन:पुन्हा चाल करून येतात. एक मोठा समूह, मुकी प्राणिसृष्टी, धनदौलत, अन्नपाणी, रोजच्या गरजा हे सर्व मातीमोल होऊन बसते. एवढ्या सुधारणावादी कालखंडात जग मुठीत असताना माणसे भयाकुल, हतबल, निराधार होतात. भावनांचा चोळामोळा होतो. जणू मेंदूच बंद पडतो. सगळे दोर कापले गेले आहेत, अशी तगमग झोप उडवून देते. 'महापूर' हा एक शब्द माणसाला एका उद्ध्वस्त कड्यावरच उभा करतो. महापुराच्या वेळी कोल्हापूर, सांगली यांच्यासाठी प्रार्थनांचा पाऊस धीर देतो. विविध स्वरूपांच्या मदतीमधून माणसांना बळ, ताकद मिळते. मोडलेले खेळ नव्याने मांडण्याची हिंमत मिळते. अशा वेळी 'मदतीला धावून येणारे सगळे हात आभाळाच्या उंचीपेक्षाही अधिक उंच ठरतात.' माणुसकी जिवंत आहे, माणसातली ओल आटलेली नाही,

संकटात धावून जायला हवे, अशीही जाणीव प्रबळ स्वरूपात प्रत्यक्षात उतरताना दिसते.

या महापुरांमुळे शहरे तर चोळामोळा होतातच; पण बहरलेली शेते सपाट होतात, दूध देणारी जनावरे जायबंदी होतात. घरं आणि शेती यांच्याशी जोडून असणारी सगळी कृषिसंस्कृती महासंकटाच्या मुखात जाऊन पार उद्ध्वस्त होते. भूकंपासारखी, महापुरासारखी अकराळविकराळ संकटे आयुष्यावरच वरवंटा फिरवतात. ही भीती पूर्ण घालवण्यासाठी समाज आणि सरकार या दोन्ही पातळींवर जबर नियोजन यापुढे करायला हवे.

'नद्या भरू द्या' म्हणून प्रार्थना केल्या जातात. कोरड्या नद्या बघवत नाहीत. आज मराठवाडा हा भाग अजूनही तहानलेला आहे. लहानसहान नद्या जणू खेळाची मैदाने होऊन बसल्या आहेत, ज्या बघवत नाहीत. पावसाळा संपत आला किंवा संपण्याच्या बेतात आहे; आणि मराठवाड्यात अनेक मोठ्या शहरांत आठवड्यातून एकदा नळांना पाणी मिळते. इकडे वेगळेच हाल सुरू आहेत. *पाण्यामुळे एकीकडे संकटांना सामना; तर दुसरीकडे पाण्यावाचून संकटे सहन करण्याची माणसावर विचित्र वेळ येऊ लागली. दोन टोकांवर माणूस हैराण करणारे हे असे दुःख! जगण्यापुरते, पिण्यापुरते सर्व आलबेल राखू शकेल एवढेच पाणी चांगले. बुडून मारणारे पाणी नको किंवा घशाला कोरड पाडणारे दुर्भिक्ष म्हणून असणारे पाणी नको. 'अन्नपाणी' हा शब्द केवढा अर्थपूर्ण. अन्न कमी पडू नये आणि सर्वांना पाणी सतत मिळावे यातच अन्नपाण्याचा सगळा सारांश सामावलेला आहे. जगणाऱ्या माणसाची खरी प्रार्थना हीच आणि एवढीच आहे.*

माणूस लढाई हरत नाही कधी! तो थोडा अविचल होईल, थोडा थबकेल, थोडा भीतीखाली राहील; पण सर्व आलबेल होईल. सहकार्यासाठी आपण पुढे येऊ या. हातात हात देऊ या. माणुसकीचा दिवा अंधाराच्या बाजूंवर धरू या. माणसांची साखळी उभी करू या. कारण यातच माणुसकीचे गाणे सामावलेले आहे आणि यातच सामावलेला आहे मानवतेचा सारांश!

१७.८.२०१९

❑❑

जमीन कुणालाही उपाशी झोपू देत नाही

वावर नांगरणारा-वखरणारा निराळा... बांधांवर उभा असणारा वेगळा... प्रत्यक्ष घाम गाळणारा दुसरा... ऊन-पावसाची तमा न बाळगणारा वेगळा... ज्याने हाडाची काडं केली, ज्याने रक्ताचे पाणी पाणी केले तो वेगळा... हा खेळ जुना आहे. जो राबतो त्याला फार काही सतत मिळाले नाही. शरद जोशींच्या चळवळीत विविध घोषणांपैकी 'घामाचे दाम हवे' अशी एक घोषणा असायची. आजही ही घोषणा फलद्रूप झाली आहे, असे वाटत नाही. मातीत मळणारे हात हमेशा वेगळे राहिलेले आहेत, तर बाजारांत पैसा मोजणारे दुसरे हात हे वेगळे राहिलेले आहेत. न्याय नावाची गोष्ट सतत शेतकऱ्यांच्या पदरात पडलेली नाही. शिक्षणाने गावांची तरुणाई मूठमूठ नोकऱ्यांत आली. शिक्षणाच्या उच्च पदव्या हशील केल्यामुळे बदल झाले. पण हे बदल थोडेच आहेत? हे बदल पोटभर-घरभर नाहीत. आज पदवीधरांचा लोंढा फुगतच चालला आहे. विद्यापीठांच्या चार-पाच पदव्या घेऊन सैरभैर झालेल्या तरुणाईंची संख्या अगणित आढळते. या ग्रामस्थ मुलांचे काय करायचे? याचे उत्तर ना शिक्षणात आहे, ना लोकशाहीत! या तरुणाईचे मायबाप मात्र कालानुकाल उन्हात उभे आहेत. दारिद्र्य त्यांची पाठ सोडायला तयार नाही आणि 'आत्महत्या' यासारखा शब्द शेतीमातीमधून हटायला तयार नाही. शिक्षण बदलावे लागेल. संधी देणारे ज्ञानच रुजवावे लागेल. मुलांची खिन्नता संपून टाकणाऱ्या व्यवसायाभिमुख ज्ञानाची परंपरा निर्माण करावी लागेल. निदान त्याशिवाय आता इलाज दिसत नाही. मात्र, बिकट काळात इलाजांचा शोध घ्यावा लागणार आहे. मी खूप दिवसांपासून बाजारात एक नवेच चित्र पाहत आलो आहे. पहाटे चार किंवा त्यापेक्षाही लवकर खेड्यांचे लोक टमटममधून किंवा ऑटोमधून भाजीपाल्याच्या, फळांच्या डाली शहरात घेऊन येतात. तो माल शहरातले 'बाजारातले हात' रोज विकत घेतात.

आणि शहरातीलच लोकांकरवी बाजार भरला जातो. *'घेणारे आणि देणारे हात' शहरातले. शेतकरी तिथे नाही. तो पुन्हा शेतात. 'बाजारातले हात दुसरेच' आहेत. मग, सकाळी - दिवसभर शहरात हिंडणारे हातगाडेवाले, जे भाज्या विकतात; त्यांचा शेतीचा, मातीचा, मालाचा, भाजीचा, त्या पिकवण्याचा संबंधच उरत नाही. पैसा फेकला, माल घेतला. एवढ्या एका प्रक्रियेत बाजारात हे मातीला न लागलेले हात शहरांच्या जेवणात भाज्या पुरवतात. हातगाड्यावाल्यांची ही अशी एक मोठी साखळी आहे. सगळा घरसंसार त्यांचा या रोजच्या लघुव्यापारांनीच सांभाळला. बाजारांतील या हातांनी असा शहरीकरणातून जगण्याचा मार्ग शोधला. 'घेणे आणि देणे; त्यावर घर चालवणे' हे बाजारातील या हातांचे सूत्र बनले आहे.* म्हणजे शहरांतील काही जनतेला असे जगण्याचे, व्यापाराचे मार्ग मोकळे करून द्यायला शेती नावाची संस्था कशी साहाय्य करते; याचे हे बोलके उदाहरण आहे.

चार पैसे धंद्यात घालायचे, त्यावर सहा पैशांचा नफा मिळवायचा, त्यावरच घराची रोजीरोटी चालवायची. पाहा कशी ही पैशांची साखळी... ही अन्नाचीही साखळी. पिकवणारी जमीन कुणालाच उपाशी झोपू देत नाही. सुकाळ येतात... दुष्काळ येतात... संकटांच्या मालिका येतात... लोक हैराण होतात... घाबरतात... पुन्हा उठतात... कामाला लागतात. विविध टंचाई 'आ' वासून उभ्या राहतात... भीती वाढते... माणसे घाबरतात. पण, या सगळ्यांतून सुटका होते. ज्या जमिनीवर माणसे चालतात, खेळतात, हिंडतात, फिरतात, ती ही 'जमीन' तुम्हांला उपाशी मात्र राहू देत नाही; हे एक अंतिम सत्य आहे. फरक पडतो माणसामाणसांत! गावाकडची माणसे निराळी. शहरातली माणसे निराळी. पण भुकेला आणि भावनेला निराळे नाव नसते. गावं वेगळी, नावं वेगळी, पण पोटाच्या भूगोलावर सगळ्या गरजा सारख्याच. हाव तेवढी टणक आणि वाईट असते. ही हाव भ्रष्ट, मतलबी, स्वार्थपरायण बनवते. माणसे मात्र सगळी सारखीच. वृत्ती तेवढी भिन्नभिन्न रूपात फणा काढत राहते. म्हणूनच मातीत मळलेल्या हातांचा फरक बाजारातील हातांपेक्षा पुष्कळच वेगळा तुम्हांला-आम्हांला जाणवल्याबिगर राहत नाही.

२४.८.२०१९

❑❑

अन्नपाणी धावते धावते...

भोजन करताना ताटामधले अन्न ग्रहण करण्यापूर्वी शेत पिकवणाऱ्या आणि मातीवर घाम गाळणाऱ्या बळीवंतांची आठवण व्हायला हवी, असे आपणाला वाटत राहते. पण, आपले अहंकार सतत डोकं वर काढतात. या नव्या जगाचे स्वार्थ जास्तच टोकदार होतात. हॉटेलमध्ये जेवणाचे अमकेतमके पैसे मोजल्यानंतर पैसा गेल्याची आठवण होते; घाम गाळून ताटांपर्यंत अन्न पोहोचवणारांची आठवण कितींना होते? उपकारांची भाषा निबर होत चालली आहे. पैशांचे आवाज चढे होत जातात. मी कुणाच्या बापाचे खात नाही, असा एक बेमुर्वत सूर जोर धरतो. 'माझा पैसा-माझी कमाई' ही जोरजोरात सांगितली जाते; आणि अन्नपाणी-पीकपाणी पिकवणाऱ्यांबद्दल कृतज्ञता दिवसेंदिवस कोरडी होत चालली आहे. शेती आणि खेडी यांना सोडून कुणाला येतो त्यांच्याबद्दल कळवळा? संपत्तीच्या गुंगीत आणि पगारांच्या आनंदात कष्ट करणाऱ्यांची कोण करणार मोजदाद? हे कटू असले तरी सत्य आहे.

गावांचे एक चित्र दिसते. चिरगुटात भाकर-चटणी बांधून शेजारच्या गावात लेकरं शाळेत जातात. जिथे राहतात, तेच खातात. शेतांवर राबणारे माणसांचे जग अशाच चटणी-भाकरीवर सालोसाल राबत आहे. मातीवर अन्नपाण्यासाठी अक्षरशः झुंजत आहे. या माणसांना कधी व्यवस्था मारते, कधी जादाचा पाऊस मारतो; तर कधी दुष्काळ मारत राहतो. यांचे मरणे कधी मिटलेले नाही. असे गाव, असे शेत पूर्वीसारखे आजही आहे. बाजार त्यांचा नाही... वजनकाटा त्यांचा नाही... तराजू त्यांचा नाही... गल्ला त्यांचा नाही आणि गल्ल्यातला पैसाही त्यांचा नाही. पैशांचा 'इंडिया' निराळा आणि कष्टकऱ्यांचा 'भारत' हा निराळा आहे. या दोन्हींची गाठ ज्या दिवशी पडेल तो दिवस आनंदाचा! बाकी, म्हणाल तर गावांचे दशावतार संपत नाहीत आणि शेतींचे व्यवहारशून्य भोग मिटत नाहीत.

शहरातला नक्षा गावांपेक्षा फार निराळा. नोकरदार, व्यावसायिक, कर्मचारी, बेपारी, कामगार आणि अजून कोण-कोण सकाळी एक गती घेऊन पळत राहतात. पाठीला सॅक नावाची बॅग बांधून त्या सॅकमधून रोजच्या कामाच्या चिजा तसेच अन्नदेवता-जलदेवता बनलेले टिफीनचे डबे आणि पाण्याच्या बाटल्या घेऊन धावधाव धावतात. हे एक वेगळेच गतिमान जग आहे. ही वेगळीच माणसांची दुनिया आहे. ज्यांचा नांगराच्या फाळाला आता हात लागत नाही... ज्यांना पेरणीची वाट बघावी लागत नाही... गाय-म्हैस-बैल-शेळी-मेंढी यांचा विचार करावा लागत नाही. पैसा फेकला की दूध-दही-तूप-लोणी मिळते. पैसा फेकला की हवे तसे धान्य लीलया मिळते. शहरांत असे अन्नपाणी विकते; पिकत नाही!

ते म्हणतात, घामाबद्दल आम्हांला सांगू नका... कष्टाबद्दल सांगू नका... पाणी मिळत नाही सांगू नका... वीज नाही सांगू नका... जनावरे उपाशी मरतात, हे सांगू नका. शहरांचे डोळे वेगळे आहेत. शहरांचे कान वेगळे आहेत. प्रश्नांकडे बघायला इथे वेळ नाही. प्रश्न ऐकायला वेळ नाही. खेडी गिळून शहरे बनतात, हे खरे असले तरी माती-पाणी-पीक-अन्न-धान्य यांच्या निमित्ताने पवित्र क्षेत्र हे माती आणि गावच आहे. सिमेंटमधून भाकर उगवू शकत नाही. धावणाऱ्या अन्न-पाण्याला एवढे ऐकू आले तरी खूप. जिथे पाकिटांमधून अन्न मिळते तिथे घामाचे मोजमाप कोण करणार? जिथे लाचारी करत भिकाऱ्यांना भीक लाभते, तिथे परिश्रमाचे मोल करणे फोल? अन्नांनी जिथे कचराकुंडीतल्या टाक्या उलथून जातात, अशा ठिकाणी ज्यांची दोन वेळही चूल पेटू शकत नाही, अशांची भूक कळेल तरी कशी? भूक ही भुकेलाच वाचता येत असते किंवा आतडी तुटेपर्यंत जिथे बैल धावतात, शेतीची अवजारे रक्त गोठेपर्यंत ओढतात, नांगरांचे फाळ मातीत रगडून चालतात, त्या वृषभांचे सूक्त शेतीचा नजारा ठाऊक नसणाऱ्यांना कसे कळतील? स्वत:ची माती होईपर्यंत मातीला जीव कुर्बान करणारांचे हित आणि त्यांचे कष्ट 'जावे त्यांच्या वंशा तेव्हा कळे' अशांनाच समजू शकतात. हॉटेलांमधून मागवलेले पार्सल अथवा झगझगीत महागड्या जेवणांच्या डब्यांमधून जे अन्नपाणी रोज महानगरात धावते, त्या धावणाऱ्या अन्नाच्या कणाकणांत मातीचे गुण आणि धान्यांचे मोल मिसळलेले असते. त्याचा प्रत्येकास विसर न पडावा, इतुकीच अपेक्षा!

३१.८.२०१९

❑❑

ध्येय पक्के असले की दिशा स्पष्ट होतात

सगळ्या सोयी जागच्या जागी मिळणारे एक जग आहे; तर जन्मापासूनच कठीण परिस्थिती हात धुऊन मागे लागून त्यातून आपला मार्ग शोधणारे दुसरे जग आहे. पण म्हणून अडचणींमुळे रडत बसून चालत नाही. मार्ग सापडतात. ध्येय पक्के असले म्हणजे दिशा उजळत जातात. दिशा स्पष्ट होतात. माणसाने स्वत:ला नीट ओळखलं की त्याचे ध्येय स्पष्ट होत जाते आणि त्याच्या दिशासुद्धा स्पष्ट होतातच. प्रश्नांचे डोंगर, चिंतेचे ढग, अडथळ्यांशी शर्यंत, अडचणींचा पाढा, समस्यांची रांग, अभावांची परिस्थिती आणि सतत कठोर जगणे ही सर्व गरिबीची अपत्ये आहेत. पण यातून माणूस जास्त शिकतो, जास्त घडतो. खेड्यापाड्यांत अडचणींवर मात करून नेटाने शिकणारी लक्षावधी मुले-मुली बघायला मिळतात. शहरातही या प्रकारचे अडचणीमधून वाट काढत पुढे जाणारे माणसांचे जग आहे. पण खेड्यांचे दशावतार जरा जास्त आहेत. खेड्यांत प्रश्नचिन्हांचेच जन्म जास्त होतात आणि हे प्रश्न सोडवता-सोडवता जन्म निघून जातात.

मात्र, हेही लक्षात घ्यायला हवे, की खडकावर पेरलेले बी उगवतेच; फक्त त्यासाठी जिद्द, डोळ्यांत ध्येय असावे लागते आणि दिशा स्पष्ट असाव्या लागतात. मुंबईत हिंदू कॉलनीत सहज ओळख झालेल्या मुलाची गोष्ट या संदर्भात मोठी बळ देणारी आहे. मुंबईच्या विद्यापीठात एम.ए.चे शिक्षण घेणारा एक मुलगा इराण्याच्या हॉटेलमध्ये मला घेऊन गेला आणि त्याने त्याच्या आयुष्याची गाथा माझ्यापुढे पेश केली. अडचणींनी भरलेले खडतर आयुष्य सांगणारा प्रदीप जराही निराश, हतबल, खिन्न, वैतागलेला नव्हता. उलट, त्याच्या नजरेतले तेज आणि त्याच्या मनातली जिद्द मला त्याच्या चेहऱ्यावर चमकताना दिसत होती. गुहागरमधून मुंबईत आलेला हा मुलगा विद्यापीठाच्या शिक्षणापर्यंत पोहोचलेला गावातला पहिलाच तरुण!

शाळेच्या पहिल्या वर्गापासून श्रीमंताच्या घरी सगळी घरकामे करून तो विद्यापीठापर्यंत पोहोचला. 'शिक्षण' एवढा एक महान शब्द जगण्याशी जोडून घेणारा प्रदीप शिक्षणासाठी मेहनत आणि जिद्द बाळगत त्याच्या आनंदी यशाचे रहस्य सांगत राहतो. प्रदीप कवी आहे. त्याचे चौफेर वाचन थक्क करते. शिक्षणासाठी श्रम आणि श्रम करण्यासाठी कोणतीही लाज बाळगू नये, हा महत्त्वाचा धडा प्रदीपच्या बोलण्यातून अधिक बोलका झालेला मला आढळला.

तो सांगू लागला, ''माझ्या गावातली अनेक कुटुंबं मुंबईच्या हिंदू कॉलनीत अशी श्रीमंतांच्या सावलीत आली. *गावातली खूप माणसं बंगल्यात घरकाम करतात. रोजची लागणारी सर्व कामं करतात. श्रमाची प्रतिष्ठा जपतात. कामाचं-घामाचं खातात. 'तिथेच काम तिथेच निवारा' हे त्यांचे ध्येय आहे. ही सगळी माणसं सुखी, आनंदी आहेत.''* कष्ट करायचे आणि खायचे हा त्यांचा मंत्र प्रदीप प्राण ओतून सांगत होता. *मुंबई माणसाला उपाशी झोपू देत नाही. काम शोधले, श्रम केले की मुंबई माणसाला अन्नपाणी* देते. हा एक संदेश प्रत्यक्ष प्रदीपच्या बोलण्यातून जास्त कळत गेला.

रिकामटेकडेपणा आणि आळस हे दोघे एकत्र आले की आयुष्याचा नाश व्हायला फार वेळ लागत नाही. अडचणी आल्या की रडणारे जास्त भेटतात. गरिबीचे भांडवल करत गळा काढणारे पुष्कळ भेटतात. 'हे नाही, ते नाही' असे म्हणत भोवताली रडगाणी आपण ऐकत असतो. पण याला फारसा अर्थ नाही. मन आणि मनगट मजबूत करायचे ठरवले की अडचणींचा नायनाट करता येतो. विचार करत ध्येय निश्चित केले म्हणजे समृद्धीच्या दिशा उजळत जातात. श्रमाने माणूस मरत नाही आणि श्रमाची लाज बाळगावयाचे कारण नाही; हे एकदा समजले की उज्ज्वल भविष्याचा मार्ग उजळत जाणारा असतो.

मुंबईत अचानक भेटलेल्या प्रदीप या ध्येयवादी मुलाने आपले ध्येयनिष्ठ जगणे आणि दिशा स्पष्ट असलेले आपले जीवनच समजावून सांगितले. प्रदीपसारखी मुले महानगरात पुष्कळ असतील, गावोगावीसुद्धा सापडतील. पण म्हणतात ना, 'शितावरून भाताची परीक्षा' करता येते. प्रदीप आणि त्याची जीवनकहाणीही अशीच!

७.९.२०१९

❑❑

वसतिगृहाच्या सावलीत...

विद्यापीठांत, महाविद्यालयांत शिक्षण घ्यायचे तर घर आणि गाव सोडावे लागते. मग प्रतिकूल आणि अडचणींनी भरलेली मुलांची वाट वसतिगृहापर्यंत पोहोचते. वसतिगृह ही युवकांची नवी संस्कृती असते. समूहशील मैत्रीचा खरा परिचय वसतिगृहात होतो. काही वर्षे, काही महिने दिवसरात्र सोबत राहणे आणि एकमेकांची सुख-दुःखे समजून घेणे वसतिगृहाशिवाय अधिक कुठे कळत नाहीत. शिवाय, स्वावलंबन, जबाबदारी, श्रमाची प्रतिष्ठा, मैत्रिभाव, सामूहिकता, भेदमुक्त अशी कितीतरी मूल्ये जीवनात रुजवायची सवय वसतिगृहांमध्ये वाढीस लागते. हा वसतिगृहाचा फार सुंदर फायदा असतो. शिक्षणाचे जरा अधिकच महत्त्व वसतिगृहामुळे लाभते. बेकार परिस्थिती आणि अनेक अडचणी यांवर मात करण्यात वसतिगृहाचा वाटा मोठा राहतो. कधी-कधी वसतिगृहात विद्यार्थ्यांचे दोन प्रकार जाणवतात : गुणी व स्वभावाने गरीब मुले इथे असतात, जी शिक्षणाचा केवळ ध्यास बाळगतात. याउलट, दादागिरी, ताकदीचा वापर करणारी, वयाने काहीशी मोठी असणारी, उर्मट पण दबावगट वाढवणारी मुलेही इथे असतात. हा विद्यार्थ्यांचा दुसरा प्रकार! बारीक, किरट्या, छोट्या स्वार्थांची चटक त्यांना असते. जे चांगले वागतात, त्यांना त्रासून सोडणारी अशीही एक टोळी वसतिगृहात नांदते. जुलूमजबरी हा त्यांचा विशेष असतो. अशा टारगट मुलांना वसतिगृहाचे प्रशासन तंबी देते किंवा वसतिगृह सोडावयाचेसुद्धा निर्देश देते. उपद्रवांच्या परीक्षेत ही मुले लवकर पास होतात.

वसतिगृहांचे बरेच प्रकार आढळतात. खासगी वसतिगृहांचा सुळसुळाट आढळतो, तर गुणवत्ता व राखीव कोटा या पातळीवर चालणारी सुविधायुक्त शासनाची वसतिगृहेही आहेत. 'शिक्षण' ही एवढी महत्त्वाची गोष्ट कष्टपूर्वक मिळवण्यासाठी वसतिगृह नावाची जागा खूप मदत करते. वैद्यकीय, अभियांत्रिकी,

अधिकारी घडवणाऱ्या मुलांची शासकीय व निमशासकीय वसतिगृहे अधिक स्वच्छ, अधिक सोयींनी भरलेली आढळतात. बाकी, *सर्वसाधारण पद्धतींची विपुल वसतिगृहे शहरांमध्ये जागजोगी आढळतात. तिथे 'भुकेला कोंडा आणि निजेला धोंडा' अशी (अ)व्यवस्था आढळून येते. फक्त शिक्षणाची जिद्द आणि उद्याचा उषःकाल मनाशी बाळगत तिथे मुले शिकतात. ही मुले भविष्य कोरतात. खरे तर सामाजिक भान मिळण्यासाठी, कष्टाचे मोल समजण्यासाठी, हिमतीने स्वतःच्या पायावर उभे राहण्याचे बळ मिळण्यासाठी वसतिगृहांचा वाटा शंभर टक्के महत्त्वाचा राहत आलेला आहे.*

पुस्तकी शिक्षण तर सगळेच घेतात; पण जीवनशिक्षण सगळे पुस्तकांमध्येच नसते. जगण्यातील शिक्षणाचा धडा मिळतो तो वसतिगृहामधूनच! कपडे धुणे, सामान आवरणे, खर्च जपून करणे, जेवण बनवणे किंवा टीफीन घेऊन येणे, काही दुखलेखुपले तर इलाज करणे, मैत्री ठेवणे, मित्रांची मदत करणे, रोजचा अभ्यास रोज करणे, मेस निवडणे, वेळेचे महत्त्व ओळखणे, प्रत्येक वर्गात उत्तीर्ण होणे, आईवडिलांच्या श्रमाची जाणीव बाळगणे, ग्रंथालयात जाण्याची - तिथे बसण्याची सवय लावणे, कॉलेजचा वेळ उरला तर पार्टटाइम एखादे काम स्वीकारणे, त्यातून चार पैसे मिळवणे हे सारे सारे 'जीवनशिक्षण' वसतिगृहांनी विद्यार्थ्यांना सतत द्यावयाचे कार्य केलेले आहे. वसतिगृहांतून शिक्षण घेणारी लक्षावधी मुले-मुली एका सामाजिक बांधिलकीने मोठमोठ्या पदांवर काम करताना बघायला मिळतात.

सारांश, वसतिगृहांनी नवी पिढी नक्कीच घडवली. ज्यांच्या हाती अक्षरशः शून्य होते, अशा अगणित तरुणांच्या हातांवर तेजाचा सूर्य ठेवायला वसतिगृहांनी मदत केली आहे. ग्रामीण भागातली पुष्कळ मुले वसतिगृहांमुळे ज्ञानवंत-शिक्षणवंत झाली. पिढ्यान्‌पिढ्यांचा घरात बसून असलेला अंधार हटला गेला. दारिद्र्य गाडून टाकण्यासाठी शिक्षणाचे हत्यार कामास आले. भूतकाळ बदलून टाकण्याची शक्ती यातूनच मिळाली. मला आणि शिक्षणाला सांभाळणारे होते ते वसतिगृह. वसतिगृहच मायबाप... वसतिगृहच मार्गदर्शक... ध्येयाचे बियाणे मनाच्या मातीत रुजवले वसतिगृहानेच. वसतिगृहच वाट्याला आले नसते, गाव सुटले नसते, तर गायी-म्हशी सांभाळण्यात आयुष्य रानातच विसर्जित झाले असते. उन्हातले आयुष्य वसतिगृहाने सावलीत आणले. या सावलीने जगणे कळले आणि आयुष्यही!

१४.९.२०१९

❑❑

वेळ नाही... खेळ नाही...

म्हशीवर बसून दिवसभर आनंदात जगायचे राहिले कुठे? शेतात चिरेबंदी बांधलेल्या विहिरीत तासन्तास पोहत राहणे गेले कुठे? सरसर झाडांवर चढून सूर-पारंब्या खेळणे राहिले कुठे? अंगणात, परसात किती-किती प्रकारचे खेळ होते; ते खेळ गेले कुठे? घरांचे अंगण जाऊन बसले कुठे? शाळेच्या आवारात, मैदानावर दुपारचे काही तास खेळांसाठीच होते, तो भूतकाळ गेला कुठे? घरीदारी आनंद उत्पन्न करणारे आणि शरीर बलिष्ठ ठेवणारे किंवा झाडे, पाणी, प्राणी यांच्याशी जोडलेले रानात, वावरात किती-किती खेळ होते, हे सगळे खेळ गेले कुठे? खेळांचा काळ असा कसा लोप पावला?

पाठीवर दप्तराचा भार, दिवसभर घो-घो घोकंपट्टी करायला लावणारे शिक्षण, सगळा वेळ शाळेत पुस्तकं-वह्यांमध्ये गाडलेला, हातात सगळीकडे महागडे मोबाईल फोन, बोलायला - गप्पा करायला वेळच नाही. खायलासुद्धा विशेष वेळ नाही. केवळ आणि केवळ उदरभरण... केवळ जीवघेण्या स्पर्धा. कोवळ्या आयुष्याचं सगळं टाइमटेबलच घड्याळाच्या काट्यांना टांगल्याप्रमाणे! मग खेळायचे ते मोबाईलच्या स्क्रीनवर एकटे... भुतासारखे! संवाद खलास... बातचित खलास... कुटुंबात मिसळून राहणे खलास होऊन बसले. लेकरांजवळ वेळ नाही. मोबाईल सोडून खेळायला दुसरा खेळ नाही. अगदी कसे 'दिल तो पागल है...!'

प्रचंड थकून (शाळा - शिक्षण - अभ्यास - ट्युशन या सगळ्यांमुळे) आलेली मुलं जेवता-जेवता झोपतात. जणू ताटावर पडतात. फक्त मेंदू गरम करण्याचा सगळा खटाटोप. मन, तब्येत, व्यायाम, शरीर हे सगळे माणसाला नाही की काय, अशी एकूण परिस्थिती! देवा रे देवा, काय होईल भविष्याच्या उषःकालाचे आणि या पिढीचे! घरात तो, ती आणि त्यांची एक किंवा दोन मुले. घरसंसार एकदम बारीक

चौकोनासारखा घरबंद. *आई-वडील, आजोबा, आजी, मामा किती जणांच्या जवळ आहेत? 'गणगोत' नावाचा शब्दही केवळ पुस्तकात वाचावा लागतो की काय, अशी एक भीतिदायक परिस्थिती बळावत चालली आहे. सद्भावना आटत चालली आहे. जिव्हाळा कोरडा बनत जातो आहे. आपुलकी म्हणजे काय हे शिकवण्याची वेळ येत आहे. अघोरी इच्छा-आकांक्षांनी आनंदच संपवला आहे. शाळेला आणि ट्यूशनला बांधून टाकलेल्या मुलांना खेळायला वेळ उरलेला नाही.*

हल्ली मुले अन्न भरून असणाऱ्या ताटात कुठे जेवतात? ती डब्यातले खातात, ती चमच्यानं खातात किंवा तसे त्यांना कुणी खाऊ घालते. हातांवर घेऊन खातात, शिवाय उभ्याउभ्याच खातात. जमिनीवर बसून मांडी घालून विचार न करता खाणे जणू काही संपून गेले की काय, अशी एक गतिमान पिढी घरीदारी दिसू लागली आहे. हे 'आरोग्यम लक्षणम्' काही फार बरे दिसत नाही.

घाई नावाचा शब्द जगण्याशीच बांधल्यामुळे पुष्कळ मुले शाळेच्या बसमध्ये किंवा महिनेवारी रिक्षामध्ये डबा खातात. एका नाजूक वॉटरबॉटलमधले पाणी त्यांना दिवसभर सरत नाही. पर्यायाने मुलांच्या पोटात दिवसभर जेवढे पाणी जायला हवे तेवढे पाणी ते पीत नाहीत. मग पोटाची पंचाईत... तब्येतीच्या तक्रारी. सगळी मुले कशी एका साच्यामधून काढल्यागत दिसतात. सगळ्यांचे वजन जणू समसमान आणि चेहरे तेजांनी डवरलेले दिसण्यापेक्षा फटफट दिसतात. डोळे, डोकं आणि बोटं यांच्यामध्ये मुलांचा सगळा वेळ चालला! शरीराची हालचाल होणारे नैसर्गिक खेळ किती मुले खेळतात? हे चित्र फार उत्तम म्हणता येत नाही. देहाकडे, धावण्याकडे, चालण्याकडे, व्यायामाकडे लक्ष द्यायला सगळ्या मुलांकडे वेळच नाही. म्हणूनच वेळ नाही, खेळ नाही! ज्ञानी, हुशार, बुद्धिमान पिढी तर जरूर निर्माण करायची. पण, नाजूकसाजूक पिढी बनवून काय उपयोग? शरीर बलदंड, छान, आरोग्यसंपन्न, खेळकर हवे. मन - शरीर दोन्हीही चपळ पाहिजेच. यासाठी सर्वांना वेळ मिळो आणि आपण गमावलेले खेळ जपण्याचे भाग्य लाभो!

२१.९.२०१९

❑❑

मुखी रोज हवी, एक तरी प्रार्थना!

'गाव मोठे चांगले, पण वेशीला टांगले' अशी काही वाक्ये गावांच्या अनुभवांमधून कानांवर पडतात. त्यातून मग शांततेच्या उपायाचा भाग म्हणून 'तंटामुक्त गाव' यासारखा प्रयोग पुढे आला असावा. झगडा न करणाऱ्या गावांना शासनाची पारितोषिके मिळू लागली. अशा काही प्रेरणा वळण लावण्याचा भाग बनतात. पण हे काही अंतिम औषध नव्हे. 'जे राव न करी ते गाव करी' यामध्येही पुष्कळ तथ्य आहेच. डॉ. अभय बंग यांच्या ग्रंथात त्यांना कार्लाइल नावाच्या तत्त्ववेत्त्याचे एक वाक्य वाचल्याचे आठवते. ते असे, 'तुमच्या डोक्यामध्ये असलेले प्रश्न घेऊन लोकांत जाऊ नका. लोकांत जा आणि तेथील प्रश्न लक्षात घेऊन ते सोडवण्याचा प्रयत्न करा.' अशा अर्थाचे एक महत्त्वाचे वाक्य याप्रसंगी सहज आठवले. समस्यांची तयारी घरात बसून करू नका. जिथे समस्या आहेत तिथे पोहोचा... त्यांचा अभ्यास करा... समस्या सहन करणाऱ्यांशी बातचित करा. 'लोकांचे म्हणणे आधी ऐकून घ्या आणि त्यानंतर त्यावर उपाययोजना करा.' तरच उक्ती आणि कृती यांची एक गाठ होईल आणि प्रश्न काय किंवा समस्या काय; त्यांचा निचरा होईल. बोलाच्या भाताने बोलाच्या कढीने कधीच पोट भरत नाही.

म्हणजे असे की, पूर्वी बहुतेक शाळांमधून एक संस्कारपाठ असे– तो प्रार्थनांचा! आता तो सर्वच्या सर्व शाळांमध्ये दिसतोच असे नाही. काळ, शाळा, शिक्षक, विद्यार्थी, पालक, गरजा, वेग, संधी हे सगळे-सगळे खूपच बदलले. 'झटपट' आणि 'पटपट' अशा पायरीवर शिक्षण येऊन पोहोचले. 'घोका आणि ओका' असा मार्ग रुंद होत गेला आणि पैकीच्या पैकी 'मार्क्स' घेणे असा एक कृत्रिम भाग शिक्षणाचा झाला. मूलभूत ज्ञान, पायाभूत कौशल्य, समग्र आकलन, सामाजिक भान, काळाचा अभ्यास यांचा सगळ्याच शिक्षणात विचार होतो असे

खातरीने म्हणता येत नाही; भांडण्यासाठी मात्र चटकन हात उगारले जातात. किरकोळ गोष्टीतून रागाचा पार चढतो आणि चालताबोलता आपण हाणामारीवर येतो. प्रार्थनांसाठी जोडले जाणारे हात आपण कुठे नेऊन ठेवले आहेत!

शेजाऱ्याने अंगणात कचरा टाकला म्हणून तुंबळ मारामारी... उसने दिलेले जेमतेम पैसे परत केले नाही म्हणून प्राणघातक हल्ला... सडकेवर पुढे जाण्याला बाजू दिली नाही म्हणून मारझोड... दिल्लगीचा भाग म्हणून शिवी उच्चारली म्हणून रस्त्यामध्येच झगडा... सुट्टा एक रुपया प्रवासादरम्यान वाहनधारकाने दिला नाही म्हणून भांडण उभे... नमस्कारच का केला नाही म्हणून उकरून काढलेले भांडण!

ही साधी, क्षुल्लक, सहज भांडण-मारामारी न करण्यासारखी कारणे प्राणावर बेततात. कधी-कधी प्राण घेतात. *माणूस असा तापट का झाला? शांतपणे विचार करून निर्णय घेणे असे चटकन का संपत चालले? माणूस माणसाने असा स्वस्त का केला? याबद्दलची उत्तरे शोधायला हवीत. मुखी रोज एखादी प्रार्थना हवी! ज्यामधून स्व आणि इतर असे दोघांचेही हित जपले जाऊ शकेल. रागाने कुणाचे भले झाले यावर चिंतन करायला हवे. प्रार्थना बळ देतात. जुडलेले - जोडलेले हात क्षमाशीलतेचा संस्कार करतात. प्रार्थना तुमचे मन विंचरून काढतात. अढीची गाठ प्रार्थनांनी विरघळून जाते.* चांगले शरीर, चांगले मन राखायला प्रार्थनांचे औषध जन्माला पुरू शकते. म्हणूनच मुखी रोज हवी एकतरी प्रार्थना! विचारांची गढुळता प्रार्थनेमुळे निर्मळ होते. प्रार्थनेमुळे सद्भावनांचा बहर वाढतो. एकोपा, शांती, प्रेम, जिव्हाळा यांचा विस्तार करण्याची शक्ती प्रार्थनेत सामावलेली आहेच. म्हणूनच, मारणारे हात विध्वंसोत्पन्न असतात आणि जोडलेले हात रोष दहन करून टाकतात. साने गुरुजी, संत तुकडोजी महाराज, ग. दि. माडगूळकर, वसंत बापट, राजा मंगळवेढेकर, राजा बढे अशा कितीतरी प्रतिभावंतांच्या प्रार्थना मोठ्या आवाजात समूहस्वरात म्हणायची जुनी सवय हळूहळू आटत चालली आहे. हा काळ आणि हा माणूस पाहताना प्रार्थनांची ओल संपत चालली की काय, याबद्दल खंत वाटत राहते.

२८.९.२०१९

❑❑

जगण्यात कशाला हवा अबोला?

काही दिवस काहीही बोलायचे नाही... मौन धारण करायचे... मनात विचारांना येऊ द्यायचे नाही... निर्विचार व्हायचे... सगळे मोह गळून जाऊ द्यायचे... निर्मोही व्हायचे... अगदी स्वत:शी ठरवून आपले मन शून्याकडे घेऊन जायचे... मन विंचरून काढायचे... अशा अवस्था निर्माण करणे आनंददायक असते; पण कठीणही असते. मौनावर राज्य मिळवण्याचे काम अनेकांना साधलेले आहे. ऋषिमुनींची तशी एक संस्कृती होती. आता मात्र, याउलट घनघोर मैत्रीतून, सहवासातून, संबंधातून, नात्यांतून, प्रेमातून, लहान मुलांपासून तर मोठ्या वयाच्या माणसांपर्यंत 'अबोला' धरला जातो. मनात राग बाळगून अथवा एखाद्या शुल्लक कारणाची अढी ठेवून अबोला धरला जातो. थोडे नटखट झाले म्हणजे अबोला धरला जातो. त्याला बोलायचे नाही. त्याचे तोंड बघायचे नाही किंवा कुठले संबंध त्याच्याशी ठेवायचे नाही. असा काही प्रासंगिक पेच आणि प्रसंगातून अबोला धरला जातो. अबोला हा व्यक्तीच्या स्वभावातला एक पैलू आहे.

मुले-मुली शाळकरी काळात करंगळीला करंगळी लावून अबोला धरतात. त्याला 'कट्टी' म्हणतात. काही दिवसांनी एकमेकांचे राग, लुटूपुटूचे भांडण हे विसरले जाते. मुले पुन्हा दोस्ती, मैत्री करतात. तेव्हा अंगठ्याजवळची दोन बोटं (ज्या बोटांना तर्जनी आणि मध्यमा म्हणतात) एकमेकांशी जोडून, एकमेकांची चार बोटं एकत्र करून मुलं दोस्ती करतात. त्याला 'दो' म्हणतात. 'दो' म्हणजे दोस्ती. कुरबुरीला, भांडणाला छोटी-छोटी कारण पुरतात. पण कधी-कधी छोट्या कारणांची जखम मोठी बनत जाते. प्रकरण मारामारीपर्यंत पोहोचते. त्यातून कधी-कधी अघटीतसुद्धा घडते. अबोला असा महागात पडतो.

शेजारी-शेजारी राहणारी माणसे साध्या कारणावरून अबोला धरतात. त्यातून संवाद खंडीत होतात. वैराचा काटा उगीचच अणीदार बनत जातो. निमंत्रण दिले नाही किंवा मान दिला नाही किंवा सुखदु:खाला धावून आला नाही की अबोला जन्म घेतो. आणि मग ही अढी महिनोन्‌महिना किंवा वर्षानुवर्षे तगून राहते. अबोल्याचे निमित्त असे शुल्लक मानापानात गवसते.

प्रेम आणि अधिकार, भावना आणि हक्क, नाते आणि संबंध, अतिपरिचय आणि मैत्री, सहवास आणि व्यवहार, ओळख आणि अधिकार, लाड आणि राग, मान आणि पान, नकार आणि स्वीकार अशा कितीतरी प्रकारांमधून अबोला जन्माला येतो. कधी तो चटकन संपतो, कधी दीर्घकाळ राहत अबोल्याचे कुरूप होते. अशा वेळी नाते तुटण्यापर्यंत अबोला ताणला जातो. मनात किंतु-परंतु मोठे घर करतात. दोघांचेही संशय बळावतात. अबोल्यातून वाढलेला राग टोकाला जातो. झगडा मिटत नाही आणि अशांती बळावत जाते. अशा प्रकारचा अबोला झळ पोहोचवतो. मनामनांत दु:खाचे कारण बनत जातो. सामाजिक, कौटुंबिक कलहामध्ये तेल ओतून देण्यासाठी अबोला भर घालतो. असा अबोला जतन करू नये.

येता-जाता नमस्कार केला नाही म्हणून अबोला धरणे... नवराबायकोमध्ये खटका उडाला म्हणून अबोला धरणे... उसने पैसे दिले नाही अथवा घेतलेले पैसे परत केले नाही म्हणून अबोला धरणे... लग्नात मानपान दिला नाही म्हणून अबोला धरणे... त्यालाच का बोलतो, मला का बोलत नाही, असे कारण पुढे करून अबोला धरणे... स्वत:च्या मनासारखे काम झाले नाही म्हटल्यावर अबोला धरणे... या अशा अबोला धरण्याला तसा फार अर्थ नसतो. गुण्यागोविंदात आणि आनंदात विरजन घालणारा अबोला सामाजिक ऋणानुबंधात खोट उत्पन्न करतो, गतिरोध आणणारा असतो. कौटुंबिक स्वास्थ्याला झळ बसवायला अबोला कारण ठरतो. 'जिओ और जिने दो' हा संदेश त्यापेक्षा जास्त उपायकारक. जगण्यात कशाला हवा अबोला. 'बोला, बोला!' संवाद हे जगण्यातले छान औषध आहे.

५.१०.२०१९

❑❑

भूतकाळाच्या खांद्यांवरून...

दिवस सगळे सारखे राहत नसतात. परिस्थितीत बदल होतोच. एखादे वेळी माणसे फितूर होतील; पण काळ कुणाला म्हणून क्षमा करत नसतो. हा काळ बदलतोच...

या मुलांना गावातील-घरातील जुनी माणसे सांगतात, 'आमचा काळ फार भयंकर होता. लोकांच्या घरी शेतात राबल्याबिगार चूल पेटत नव्हती. पैसा पाहायला मिळत नव्हता. पैसा म्हणजे गाडीच्या चाकाएवढा वाटायचा. सगळी स्थिती कशी दयनीय, अडचणीची होती.' स्वातंत्र्याच्या सुरुवातीची स्थिती स्वाभाविकच कठीण अशी होती. खेड्यातील माणसांची परिस्थिती अधिक अभावांनी व अधिकच्या कष्टांनी भरलेली होती. लोकांचे इमान शाबूत होते. गरजा कमी; पण अडचणींनी भरलेल्या होत्या. लोकसंख्या आवरती होती. शिक्षणाच्या सोयी जवळजवळ नव्हत्याच. 'नोकरी' नावाचा शब्द माहीत होता; नोकऱ्या मात्र नव्हत्या. कारण, शिक्षणाचा दुष्काळ होता. *'राबराब राबणे आणि कुटुंबाचा निर्वाह चालवणे, शेतीबाडी सांभाळणे, बारीक-छोटा एखादा व्यवसाय करणे, कवडीकवडी जमवत आयुष्यभर इमानेइतबारे जगणे,' हा असा ग्रामीण भूतकाळाचा चेहरा होता. भूतकाळाच्या खांद्यांवरून मागे वळून पाहताना आईवडिलांचे ते सगळे दिवस माझ्या पिढींना आठवले की डोळे पाण्याने भरतात. मनाची घालमेल वाढू लागते.* दुसऱ्याच्या घरीदारी सालदारकी करत बापाने जणू आयुष्य उगाळून टाकलेले! 'श्रम एके श्रम' एवढा एकच धडा गिरवत बापाचे झुंजणे आठवले की त्या आठवणीसुद्धा विस्तवाप्रमाणे पोळायला लागतात. काय हे जीवन होते? या स्वप्नांना काय किंमत होती? राबणे, पोट भरणे, जगणे, मरणे, यापलीकडे जीवनाला काय नवा अर्थ होता? आयुष्य हेच झुंज होते. काळ मोठा कठीण होता आणि परिस्थिती प्रचंड बिकट होती.

माझे बालपण हे सगळे बघत होते. भूतकाळाचा खांदा आज आठवला की जीव चोळामोळा होतो. नको वाटतात त्या आठवणी. बघू वाटत नाही ती गरिबी. आठवू नयेत वाटतात ते दिवस. घराला आणि शेतीला जोडलेल्या सगळ्याच लेकरांनी असे दिवस बघितलेले असतात.

मला लख्ख आठवते, की घरी सण असला तरच गोड पदार्थ खायला मिळायचा. गव्हाची चपाती किंवा तांदळाचा भात रोज ताटात मिळत नव्हता. घरी कोण सोयरे आले किंवा एखादा विशेष सण-उत्सव असला म्हणजे त्या पदार्थांचे दर्शन व्हायचे. एरवी चटणीला भाकर आणि भाकरीला चटणी ही भेट तर जन्माला जोडलेली असायची. भाकर आणि कैरीचे लोणचे (रायते) किंवा मिरचीचा ठेचा हा सर्वपरिचित जेवणाचा बेत जणू जन्मभर ठरलेलाच! बुंदीचे लाडू (नुक्ती) हा पदार्थ तर जसे उंबराचे फूलच... दुर्मीळ. दिवाळीत ते वर्षात एकदा घरी मिळत. 'एकच लाडू खाय आणि तिकडंच जाय', अशी सगळी गरिबीची स्थिती होती!

घरातील मोठी चार माणसे परगावी जाऊ लागली तेव्हा एकच धुतलेला निर्मळ सदरा आलटून-पालटून घालत असत. सगळ्यांसाठी घरभर कपडे घेण्याइतपत ऐपत नव्हती. कपड्यांचे बेसुमार छंद नव्हते. घरी-शेतात माणसांना झकपक कपडे लागत नाहीत. माझ्या कुटुंबाचा भूतकाळ हा असा गरिबीने माखलेला आणि अभाव-अडचणींनी सजलेला होता.

आता हा काळ उरलेला नाही. खेटरं आणि कपडे यांनी घर भरलेले असते. सगळी कपाटे कपड्यांनी भरलेली दिसतात. पैशाला किंमत उरली नाही आणि खर्चाला सीमा राहिलेली नाही. शहरांचे राहणीमान व खानपान याबद्दलची स्थिती आता प्रचंड बदललेली आहे. खेड्यांचा भूतकाळ पूर्वीचा राहिलेला नाही. जुन्या पिढ्या गेल्या, नव्या पिढ्या आल्या. शिक्षणातून बदल झाले. जनता सतर्क झाली. कित्येक लोकांनी गाव सोडले, शहर गाठले. भूतकाळाच्या खांद्यांवरून इतिहासाकडे बघणारे डोळे सोयी आणि सुविधांच्या जवळ आले आहेत. आता काळ फार बदलला आहे. पुलाखालून पुष्कळ पाणी वाहून गेले आहे. अखेर एवढेच खरे आहे, की काळ थांबत नाही आणि तो क्षमाही करत नाही.

१२.१०.२०१९

❑❑

मधापेक्षा गोड जिभेवरची भाषा

सर्वांत आधी जिभेला लागलेले असते भाषेचे फूल. जिभेची भाषा असते गोड, अघळपघळ आणि मोकळीढाकळी. जिभेला हाड नसते. जीभ ही लेखणीच्या आधी आली. छापणे यानंतर. मग आली प्रमाणभाषा. या प्रमाणभाषेला नियमांचे, लेखनाचे पैंजण मिळाले. प्रमाणभाषा एका चौकटीत बसवली गेली. ही भाषा मग शिक्षणाची झाली, पुस्तकांची झाली. छापील अशा प्रकारे प्रमाणभाषेची ओळख होऊन गेली.

या सगळ्यांत जिभेवरची भाषा लै गोड! इतकी की, मधापेक्षाही गोड. घरी, दारी, बाजारात, शेतात, रानात, इथेतिथे, प्रवासात, साधी माणसे किती साधे-सरळ, जिवंत, प्रभावी, सगळ्यांना कळणारे बोलतात. याउलट, जड, कठीण, अवघड, न कुणाला कळणारे असे बोलणारेसुद्धा माणसांचे एक जग आहे. ज्यांची भाषा आम आदमीला चटकन कळत नाही.

खेड्यातील शाळेतील लेकरांचे बोलणे तुम्ही कधी ऐकलेय का? झाडाखाली बसलेल्या माणसांच्या घोळक्यांच्या गप्पा तुम्ही ऐकता का? सणावाराला एकत्र आलेल्या गावातल्या मायमाउल्या किती प्रवाही, सहज बोलतात, त्याचे कधी निरीक्षण केलंय का? ग्रामीण ढंगाच्या भाषेचे नमुने इथेच कळतात. पुस्तकी भाषा महत्त्वाचीच; पण अशा भाषेच्या ठायी बोलीभाषेइतका रसरशीतपणा नाही दिसत. प्रमाणभाषा, शिक्षणाची व्यापक भाषा असली तरी बोलीतली मधाची गोडी तिच्यात जरा कमीच! बोलीतल्या शब्दांचे अर्थ आणि त्यांचे संदर्भ नमुन्यादाखल इथे देतो. मराठवाड्यात हिंगोली, परभणी, कळमनुरी, हदगाव, शेंबाळपिप्री किंवा गौळबाजार, जवळा, वसमत, औंढा, आखाडा बाळापूर यांच्याभोवती वसलेल्या शेकडो गावांमधून सगळे लोक कसे चवदार-चटकदार बोलतात. त्या बोलण्यात एक मस्त 'हेल' असतो. त्या भाषेत एक ठसठशीतपणा-कणखरपणा जाणवतो. 'बारा

कोसांवर भाषा बदलते' या न्यायाने जनभाषांमध्ये फरक आणि प्रभाव जाणवतोच. लोकांच्या जिभेवरचे शब्द कंसात दिले आहेत. पाहा त्या शब्दांची खरी रूपे कशी आहेत : 'कुठपर्यंत' (कोठरोक), 'काय म्हणून' (कामून), 'कशासाठी' (कहाला), 'कधीतरी' (कव्हाबव्हा), 'मागील आठवड्यात' (आजाडदी), 'फजिती' (वदवद), 'श्रीमंत माणूस' (दस्तक्या) ही अशी शब्दांची रूपे बोलीमधील आणि जनभाषेचे सतत वापरले जाणारे नमुने म्हणून प्रभावी व वेगळी आहेत.

खाद्यपदार्थांना नावाच्या रूपाने गावाकडील भाषेत खास गोडवा आढळतो. त्या-त्या शब्दांची खास अशी ठेवण आढळते. आता हे खास कंसातील शब्द बघा : 'गव्हाची चपाती' (रोट्या), गूळ घालून केलेले गोड जल (आळन), दूध घालून केलेल्या गव्हाच्या पोळ्या (दशम्या), हिरवा; पण कोवळा हरभरा पानाफांद्यासकट वाटून तयार केलेला पदार्थ (घोळाना), चवळीच्या बीजांचे वरण (बरबटीचं वरण), करडी शिजवून त्याच रस काढून भात मिसळून केलेला पदार्थ (खरडखिस), हरभरावर्गीय पदार्थ उकडून केलेला पदार्थ (घुगऱ्या), पीठगूळ शिजवून केलेला पदार्थ (लाभडं), बुंदीचे पदार्थ (नुक्ती), याशिवाय *धिरडे, धपाटे, शेंगोळे, मांडे, कुटके, कन्या, भलडा, फळं अशी असंख्य पदार्थांची मेजवानी खेड्यांच्या आईमाईंनी जपली आणि जनतेच्या ताटात वाढून समाधानी केले आहे. अशा या पदार्थांची यादी गाव व भाग यानुसार बदलणारी आणि वाढणारी आहे. फोडणीमधून आणि ठसक्यामधून या पदार्थांची ओळख जशी पटते, तशीच त्यांची ओळख बहारदार चवींमधून अधिक उलगडते.* 'गेला होतास' (गेल्तास), गप्प बस (मुका बस), अशा काही विशेष शब्दसाखळ्या रोजच्या बोलण्यात सतत कानांवर पडतात. ही साखळी लांबलचक असून खास बोलीदर्शन घडवणारी आहे.

रोजचा संवाद, रोजचे व्यवहार, दैनंदिन गरजांची पूर्तता, उठता-बसता गप्पा करताना मुले, पुरुष, महिला, हे सगळे जण 'गावाकडच्या भाषे'मध्ये सहज जिवंत भाषा वापरतात. ही भाषा सगळी, सगळ्या पुस्तकांत भेटत नाही. कधी-कधी रूपक, नाटक, गाणी, कविता, गोष्टी यांमधून आकाशवाणीवरून ही रंगतदार बोली कवी, कलावंतांच्या, लोककलावंतांच्या जिभेवरून भेटते. हल्ली साहित्यामधून या बोलीचे प्रसन्न दर्शन होते. पण, गावात गेलो रे गेलो म्हणजे बोलीचा रसभरीत आनंद जनतेच्या जिभेवरून मधासारखा पाझरताना भेटतोच भेटतो.

१९.१०.२०१९

❑❑

काहीतरी घडले म्हणून...

काहीतरी घडल्याचे निमित्त असते. उगीच कुणी कुणावर हात उगारत नाही. उगीच कुणी कुणाला शिवी देत नाही. त्यामागे काही कारण तर असतेच! अपघात होतात. काही दोष नसताना एखाद्याला त्रास दिला जातो. पण, असे सतत आणि सगळ्यांच्या बाबतीत नाही घडत. निसर्गात, समाजात कुठेतरी, काहीतरी बिघडले म्हणजे ठिणगी उडते. राग अनावर होतो. चीड येते. बदला घेण्याची भावना बळ धरते.

दृश्य एक : पन्नासपेक्षा जास्त पोपटांचा एक थवा आभाळात विहार करणाऱ्या घारीच्या मागे हात धुऊन लागावा तसा मागे लागला. 'टीरटीर टीटीरटीर' असा सामूहिक आवाजाचा कल्लोळ करून पोपटांनी एकजूट होऊन घारीला त्या शिवाराच्या बाहेर जणू हाकलून लावले. झाडांच्या ढोलीमध्ये पोपटांची निवासस्थाने आढळतात. तिथे या पाखरांचे नातेवाईक, पिलावळ किंवा अंडी असतात. ती मटकावून टाकण्यासाठी घारीची नजर अशी भुकेच्या स्वार्थातून भटकते, आणि मग, अशी घार हिंडू लागली की पोपट सावध होतात. सगळे एकत्र येतात आणि आरडाओरडा करून घारीसारखे धडाने मोठे व चोचीने धारदार असलेले पक्षी पोपट समूहताकदीने हुसकावून लावतात.

दृश्य दोन : सर्वत्र सरसर वर-खाली धावणारी खार (खडोळी) अंगणातले झाड कशी डोक्यावर घेते! मुठीएवढाच असतो जीव; पण सगळी गल्ली मोठ्ठासा आवाज करून दणाणून सोडतो हा प्राणी! एरवी झाडांवर रंगीबेरंगी चिमण्या ये-जा करू लागल्या म्हणून खार फार बडबड, गडबड करत नाही; पण झाडाजवळ हिंडणारे मांजर, कुत्रा खारीला दिसले रे दिसले, की तिचा गिल्ला (कल्लोळ) सगळा परिसर जणू पेटून देतो. बहिरीससाण्यासारखा शिकारी पक्षी झाडावर येऊन बसला की प्रचंड आवाज वाढवून खार स्वत:चे रक्षण करते, स्वत:ची पिले सांभाळते.

एकदा या फांदीवरून त्या फांदीवर मुक्त-मोकळे खेळताना खारीचे पिलू अचानक बहिरीससाण्याने झडप घालून उचलले आणि तो शिकारी पक्षी तिथून पसार झाला. त्यानंतर खार किती वेळ नुसता टाहो फोडत राहिली. विरह करत बसली. 'काहीतरी घडलं...' म्हणून सृष्टीतले जीव असे एकत्र येत, आवाज करत संकटांचा इशारा देतात.

दृश्य तिसरे : सकाळी रानात फिरत असताना एका मोठ्या आकाराच्या घुबडावर पंधरा-वीस कावळे हल्ला करण्याच्या तयारीत दिसून आले. दाट झाडांच्या गर्दीत खूप कावळ्यांचा 'काव काव काव काव' असा संघटित आवाज कानांवर पडला, म्हणून मी त्या आवाजाच्या दिशेने गेलो. जवळ जाईपर्यंत काहीएक अंदाज येत नव्हता. म्हणून अजून पुढे सरकलो तर झाडाच्या शेंड्यावर पंधरा-वीस कावळ्यांनी आपल्या आवाजाने सगळा परिसरच दणाणून टाकला. बारीक नजरेने बघितले तेव्हा झाडात भयभीत, घाबरून जीव वाचवणारे घुबड दिसून आले. काही कावळे घुबडावर झेप घेत होते. एकेका कावळ्याने हिंमत वाढवत, धाडस एकवटून 'या घुबडाला आता सोडायचे नाही' असा चंगच बांधलेला होता. घुबड झाडाझाडांतून लपत, जीव मुठीत धरून पळ काढू पाहत होते; आणि कावळे त्याचा पिच्छा सोडत नव्हते. कावळ्यांचा एकसंध, एकत्र आवाज सकाळच्या वेळी थरार उत्पन्न करणारा होता. त्या जंगलझाडीच्या बाहेर अखेर कावळ्यांनी घुबडाला पिटाळून लावले. कावळे एवढे का रागावले? त्यांनी आवाजाने परिसर का दणाणून सोडला? घुबडाला त्यांनी पळताभुई थोडी का केली? या सर्व सर्व प्रश्नांची उत्तरे तुम्हांला ठाऊक आहेत.

मोठा मासा लहान माशाला खाऊन टाकतो, या न्यायात सगळ्या प्रश्नांची उत्तरे गवसतात. खाद्य शोधण्याला, हल्ला करण्याला, शिकार करण्याला, जीव घ्यायला मोठा जीव आपल्या परिसरात आला म्हणजे छोटे-छोटे जीव प्राणपणाने एकत्र येऊन आपली ताकद वाढवतात. नखांची, चोचींची हत्यारे उपसून हल्ले परतवून लावतात. अशा वेळी आवाज हेही त्यांचे हत्यार बनते. काहीतरी वाईट घडले किंवा काहीतरी वाईट घडू नये, यासाठी निसर्गात हे सगळे जीव अशी चेतना उत्पन्न करतात. गलबला करून संकटे पिटाळून लावतात. निसर्गाने जीवसृष्टीला जगणे शाबूत ठेवणारी आवाजांची प्रभावी अशी एक भाषा बहाल केलेली आहे.

२६.१०.२०१९

❑❑

जमीन कुणालाही उपाशी झोपू देत नाही

वावर नांगरणारा-वखरणारा निराळा. बांधांवर उभा असणारा वेगळा. प्रत्यक्ष घाम गाळणारा दुसरा. ऊन-पावसाची तमा न बाळगणारा वेगळा. ज्याने अंगाची हाडं केली, ज्याने रक्ताचे पाणी पाणी केले तो वेगळा. हा खेळ जुना आहे. जो राबतो त्याला फार काही सतत मिळाले नाही. शरद जोशींच्या चळवळीत 'घामाचे दाम हवे' अशी विविध घोषणांपैकी एक घोषणा असायची. आजही ही घोषणा फलद्रूप झाली आहे, असे वाटत नाही. मातीत मळणारे हात हमेशा वेगळे राहिलेले आहेत, तर बाजारांत पैसा मोजणारे दुसरे हात हे वेगळे राहिलेले आहेत. न्याय नावाची गोष्ट सतत शेतकऱ्यांच्या पदरात पडलेली नाही. शिक्षणाने गावांची तरुणाई मूठमूठ नोकऱ्यांत आली. शिक्षणाच्या उच्च पदव्या हशील केल्यामुळे बदल झाले; पण हे बदल थोडेच आहेत. हे बदल पोटभर-घरभर नाहीत. आज पदवीधरांचा लोंढा फुगतच चालला आहे. विद्यापीठांच्या चार-पाच पदव्या घेऊन सैरभैर झालेल्या तरुणाईंची संख्या अगणित आढळते. या ग्रामस्थ मुलांचे काय करायचे? याचे उत्तर ना शिक्षणात आहे; ना लोकशाहीत. शिवाय, या तरुणाईचे मायबाप मात्र कालानुकाल उन्हात उभे आहेत. दारिद्र्य त्यांची पाठ सोडायला तयार नाही आणि 'आत्महत्या' यासारखा शब्द शेतीमातीमधून हटायला तयार नाही. शिक्षण बदलावे लागेल. संधी देणारे ज्ञानच रुजवावे लागेल. मुलांची खिन्नता संपून टाकणाऱ्या व्यवसायाभिमुख ज्ञानाची परंपरा निर्माण करावी लागेल. निदान त्याशिवाय आता इलाज दिसत नाही. मात्र, बिकट काळात इलाजांचा शोध घ्यावा लागणार आहे.

मी खूप दिवसांपासून बाजारात एक नवेच चित्र पाहत आलो आहे. पहाटे चार किंवा त्यापेक्षाही लवकर खेड्यांचे लोक टमटममधून किंवा ऑटोमधून भाजीपाल्याच्या, फळांच्या डाली शहरांत घेऊन येतात. तो माल शहरातले

'बाजारातले हात' रोज विकत घेतात आणि शहरातीलच लोकांकरवी बाजार भरला जातो. 'घेणारे आणि देणारे हात' शहरातले. शेतकरी तिथे नाही. तो पुन्हा शेतात. 'बाजारातले हात दुसरेच' आहेत. मग, सकाळी - दिवसभर शहरात हिंडणारे हातगाडेवाले जे भाज्या विकतात; यांचा शेतीचा, मातीचा, मालाचा, भाजीचा, त्या पिकवण्याचा संबंधच उरत नाही. पैसा फेकला, माल घेतला. एवढ्या एका प्रक्रियेत बाजारात हे मातीला न लागलेले हात शहरांच्या जेवणात भाज्या पुरवतात. हातगाड्यावाल्यांची ही अशी एक मोठी साखळी आहे. सगळा घरसंसार त्यांचा या रोजच्या लघुव्यापारांनीच सांभाळला. बाजारांतील या हातांनी असा शहरीकरणातून जगण्याचा मार्ग शोधला. 'घेणे आणि देणे; त्यावर घर चालवणे' हे बाजारातील या हातांचे सूत्र बनले आहे. म्हणजे शहरांतील काही जनतेला असे जगण्याचे, व्यापाराचे मार्ग मोकळे करून द्यायला शेती नावाची संस्था कशी साहाय्य करते; याचे हे बोलके उदाहरण आहे.

चार पैसे धंद्यात घालायचे. त्यावर सहा पैशांचा मुनाफा मिळवायचा, त्यावरच घराची रोजीरोटी चालवायची. पाहा कशी ही पैशांची साखळी... ही अन्नाचीही साखळी. पिकवणारी जमीन कुणालाच उपाशी झोपू देत नाही. सुकाळ येतात. दुष्काळ येतात. संकटांच्या मालिका येतात. लोक हैराण होतात. घाबरतात. पुन्हा उठतात. कामाला लागतात. विविध टंचाई 'आ' वासून उभ्या राहतात. भीती वाढते. माणसे घाबरतात. पण या सगळ्यांतून सुटका होते. ज्या जमिनीवर माणसे चालतात, खेळतात, हिंडतात, फिरतात, ती ही 'जमीन' तुम्हांला उपाशी मात्र राहू देत नाही; हे एक अंतिम सत्य आहे. फरक पडतो माणसामाणसांत. गावाकडची माणसं निराळी. शहरांतली माणसं निराळी. पण भुकेला आणि भावनेला निराळे नाव नसते. गावं वेगळी, नावं वेगळी, पण पोटाच्या गरजा भूगोलावर सगळ्या सारख्याच. हाव तेवढी टणक आणि वाईट असते. ही हाव भ्रष्ट, मतलबी, स्वार्थपरायण बनवते. माणसं मात्र सगळी सारखीच. वृत्ती तेवढी भिन्नभिन्न रूपात फणा काढत राहते. म्हणूनच मातीत मळलेल्या हातांचा फरक बाजारातील हातांपेक्षा पुष्कळच वेगळा तुम्हांला-आम्हांला जाणवल्याबिगर राहत नाही.

२४.८.२०१९

❑❑

दिवाळीचा दिवा अंधाराला बांधलेला

घरी पीक व्यवस्थित आले तर घर बहरून जाईल. हंगामाच्या आनंदातून घरात पैसा आला तर दीपावली अधिक सुंदर पद्धतीने उजळून निघेल. याउलट आमची भाकर पाण्यात भिजली, तोंडातला घास कुणी काढून घेतला तर कसली दिवाळी आणि कसला आला सण? ज्यांच्या हिश्शाला नापिकी, महागाई, दुष्काळ, ओला दुष्काळ, बाजारलूट, शोषण अशी विविध संकटे येतात त्यांना कुठली दिवाळी? उलट शिमगा आणि होळी, ज्यांचा अवघा जीव जाळी!

शेतीचे शाप सरता सरत नाहीत. शेतकऱ्यांचे छळ संपता संपत नाहीत. यांना कधी-कधी किंवा वारंवार बाजार फसवतो. तर कधी-कधी किंवा पुष्कळदा दुष्काळ छळत राहतो. ओला काय, कोरडा काय; दुष्काळ त्यांची पाठ सोडायला तयार नाही. राजा काही देईना आणि निसर्ग साथ देईना. अडकित्त्यामध्ये सुपारी सापडावी अशी शेतकरी राजाची एकूण स्थिती दिवसेंदिवस बिकट, तिखट बनत चालली आहे.

ज्या खेड्यात पगारांच्या नोटा पिकत नाहीत, जिथे व्हाउचर्सचे पीक निघत नाही, जिथे बँकांत रोज जावे लागत नाही आणि ज्या खेड्यांमध्ये रोज बाजार खरेदीचा छंद जोपासला जात नाही, वावर आणि घर हा खेड्यांचा मुख्य पाढा असतो. कष्ट उपसण्याला जिथे वेगळा पर्याय नसतो. जिथे स्त्रिया आणि पुरुष, मुलं यांना कष्टाची कामे करावीच लागतात. इथे 'कष्टाची भाकरच' खावी लागते. जिथे काम सरत नाही आणि काहीच मागे उरत नाही. असे गावचित्र आणि शिवारचित्र आहे. रक्त जाळून, हाडं झिजवून, घाम गाळून, निसर्ग जर दिवाळीसुद्धा गोड होऊ देत नसेल तर या छळाला नाव काय द्यावे?

मी एवढेच म्हणेन...

पिकांचे मोती मिळाले मातीला,
आमच्या भाकरीला भूक डसते आहे।
किती काढावेत हंगाम अश्रूंचे,
चिखलातले जीणे चिखलातच फसते आहे।।

९.११.२०१९

❑❑

आनंदाचे डोही । आनंद तरंग ।।

बाजारात सुख विक्रीला ठेवलेले नसते. फक्त पैसा मोजला म्हणजे सुख मिळाले असे होत नाही. सुखाचा व्यवहार होत नसतो. व्याजानेसुद्धा सुख मिळत नाही. भन-भन भटकत सुख नाही मिळत. त्याला अनुभवांचे बळ लागते. जगण्यात एक एकरूपता हवी असते. या सुखांनो या, अशी हाक घालता येते; पण म्हणून सुख येईलच याची हमी देता येत नाही. याउलट, दुःख मात्र तुमचा पाठलाग सोडत नाही. सुखाचेसुद्धा याउलट आहे. ते तळ ठोकून तुमच्याजवळ बसून राहत नाही. दुःख मात्र तुमच्याजवळ जास्त मुक्काम करून राहतेच! सुखाचे वितरण समान पद्धतीने व्हावे असे आपणास वाटते; पण तसे होईलच याची शाश्वती देता येत नाही.

सुख शोधावे लागते. त्यासाठी तुमची सकारात्मकता सर्वांत महत्त्वाची. वजनमापांतून सुख कधीच वाहत नसते, हेही ध्यानात घ्यायला हवे. घरभर-ट्रकभर नोटा साठवणारे कितीक लोक जेलमध्ये हवा खात बसलेले आपण पाहतो. धावधाव धावत, मरमर राबत, जीवनभर पळापळ करत, स्वतःच्या जिवाला न खाता खोऱ्याने पैसा ओढणारे लोक आपण पाहतो. आणि जरा काही मनाच्या विरुद्ध घडले की आत्महत्येसारखा मार्ग जवळ करतात. अशांना सुख गवसलेले नसते. गवसलेला असतो तो पैसा! कुणाच्या मुंड्या मोडून सुख मिळू शकत नाही. *कुणाच्या घामांचा सौदा करून सुख मिळू शकत नाही. अफरातफरीची वाट तुडवत सुख मिळू शकत नाही. सुख ही अनुभवांमधून जाणारी सकारात्मकतेची एक प्रवाही अशा स्वरूपाची अनुभूती आहे, हे ध्यानी घेतले पाहिजे. नुसती पायांना भिंगरी बांधून आणि स्वप्ने-जिद्द घरी खुंटीला टांगून फिरत शोधले म्हणजे सुख सापडत नाही.*

बाऊ न करता घरी, घराबाहेर जपलेले स्वच्छतेविषयीचे तुमचे धोरण सुख देणारे असते. पहाटे पाचला उठून फिरायला जाण्याची सवय सुखाच्या शोधाचे

कारण बनते. माझे रोजचे दैनंदिन काम मी कुणावर विसंबून न राहता माझे मी करीन यात सुखाचा उगम असतो. अभ्यासात सातत्य ठेवत परीक्षा दिली आणि उत्तम गुणांनी पास झालो की आपण सुखाच्या जवळ पोहोचतो. मास्तर म्हणून वर्गात घेतलेला तास फार छान झाला की सुख तुमच्या मुठीत मुक्कामाला येते. रडणाऱ्या मुलाच्या हाती रंगीबेरंगी फुगा आला की त्याचे सुख आभाळाएवढे रूप धारण करते. जत्रेमध्ये आईचा हात सबागती सुटून मूल हरवते, सैरभैर होते आणि पुढच्या क्षणभरात लेकराची-मायीची भेट होते, तेव्हा सुखाचा पाऊस मायलेकरांच्या डोळ्यांत भरून पावलेला असतो. कष्टाच्या भाकरीत सुख असते. इमानदारीने केलेल्या कामात सुख आहे. इतरांबद्दल सतत चांगलाच विचार करण्यात सुखाची रेलचेल आढळते.

सुख धंदा व्यवसायाचा भाग नाही बनू शकत. नेत्र सुखावणारे एखादे नृत्य, कान तृप्त करणारे बासरीचे स्वर, एखादे श्रवणीय गाणे, जीवनावर प्रभाव टाकणारी पुस्तके, मनावर मोहिनी घालणारा निसर्ग, तीन तास बघितलेला एखादा प्रभावी सिनेमा, समाधानाने वाढलेले आणि समाधानाने ग्रहण केलेले जेवणाचे ताट, स्वागतशीलतेने केलेले आतिथ्य, हरवलेले तुमचे पैशाचे पाकीट प्रामाणिकपणे कुणी तुम्हांला परत केल्यावर त्यातून मिळणारा आनंद, चालता-चालता रस्त्यांवर एखाद्या गोंडस-गोड बाळाचे झालेले दर्शन किंवा झाड, पक्षी, प्राणी, घटना, कार्यक्रम, व्यक्ती, वास्तू, किल्ला, इमारत, पुतळा, रस्ता, गाव, शहर, नवा प्रदेश, नवी भूमी असे काही नवे, प्रसन्न, वेगळे, उत्तम नजरेला दिसले म्हणजे आपण किती आनंदी होतो. त्यात सुख भरलेले असते! सुख भोगायला पैसा लागतो हे फार सत्य नाही; ते अर्धसत्य आहे. पैशाशिवायही सुख लाभते. फक्त तुम्हांला सुखाच्या जागा आणि सुखाचा धागा शोधता-जोडता आला पाहिजे. मार्केटिंगसारख्या शब्दांत सुखासारखा शब्द मिसळून टाकता येत नाही, एवढे मात्र खरे!

१६.११.२०१९

❑❑

हुशारी आणि आयुष्य जेवढे आहे तेवढेच!

आपण कुणाकडे पाहतो, यापेक्षा निसर्ग हा जरा अधिक मोठ्या डोळ्यांनी जीवसृष्टीकडे पाहतो. 'नियती' असा एक शब्द त्यासाठी आपण वापरतो. मानवी जगणे विविध पेच आणि विविध प्रसंगांनी भरलेले आहे. या जगण्यात सगळे काही आलबेल नाही; पण बुद्धीचा, प्रगतीचा, ज्ञानाचा, काळाचा विचार करत माणसाने आपले जगणे होईल तेवढे सुंदर करण्याचा प्रयत्न केलेला आहे. याउलट, मुक्या प्राण्यांचे जगणे 'रात्रंदिन आम्हा युद्धाचा प्रसंग' याप्रमाणे थोडे आयुष्य त्यांच्या वाट्याला आलेले. हत्तीसारखा प्राणी खूप काळ जगतो. सिंह, वाघ यांच्यासारखे शूर प्राणी असे सहज रस्त्यावर मरून पडत नाहीत. (याविषयी मारुती चितमपल्ली जास्त खोलात जाऊन एक पक्के निरीक्षण मांडतील. निसर्ग आणि प्राणिजीवन याबद्दल चितमपल्ली नावाच्या अरण्यऋषींचे कार्य व लेखन थक्क करणारे आहे.)

मूठभर आयुष्य जगून सहज मरून जाणारे विशिष्ट प्राण्यांचे, शिवाय काही सरपटणाऱ्या प्राण्यांचे जग बघितले की मनाला खूप व्यथा पोहोचतात. सगळेच प्राणी एवढ्या सहजतेने वाटेत मरून पडत नाहीत; पण काही प्राणी एवढ्या स्वस्तपणाने कुठेही मरून पडलेली / वाटेवर मरून पडलेली आपण पाहतो. तेव्हा आपले मन आपणास खात राहते, की का असे होते? यावर समग्र उत्तर माझ्यासारख्याजवळ गवसत नाही.

रस्ता ओलांडणारी मांजरे, कुत्री, डुकरे हे चतुष्पाद प्राणी (पाळीव) यांची प्रेते बारमाही कुठे ना कुठे दिसून येतात. याउलट, वानर, मोर, हरीण, ससा, मुंगूस, घोरपड, लांडगा, कोल्हा यांसारखे जंगलातील प्राणी कुत्र्याप्रमाणे किंवा डुकरांप्रमाणे सतत मरणाच्या दाढेत सापडत नाहीत. हुशारीचे विभाजन निसर्गाने हे असे कुठेतरी नोंदवून ठेवलेले दिसते. कधीतरी साप रस्ता ओलांडण्याचा अंदाज चुकला म्हणजे

वाहनांच्या चाकांखाली येतात आणि संपतात. पण, असे सतत साप अपघाती मृत्यूमध्ये सापडत नाहीत. उभयचर असणाऱ्या, उड्या मारणारा बेडकासारखा प्राणी असंख्य वेळा मरणाच्या खाईत सापडतो आणि कावळ्यांचे अन्न होऊन जातो. याप्रमाणेच, उंदराचे मरणे आहे. खाली मुंडी खालून सैरावैरा पळणारे डुक्कर मृत्यूच्या चटकन जवळ जाते आणि मरणाचा विषय होऊन जाते, हे आपण बघतो.

गावशहरात किंवा शेतशिवारात सडकांवरून धावणाऱ्या दुचाकीस्वारांना अधिक वेळा डुकरांनी अपघातग्रस्त केलेले आहे. पुष्कळदा मोठे अपघात त्यांनी घडवले आहेत. अशा घटनांत व्यक्तींचे प्राणही गेले आहेत. प्रवासात सडकांवर कुत्रा, डुक्कर हे दोन्ही प्राणी हुलकावणी देतात आणि अपघात घडतात. अंदाज चुकतात. चुकामूक होते. रस्ते ओलांडतात आणि कुत्री-डुकरे विशेषतः दुचाकी वाहने आडवी करत माणसे जखमी करतात. कधी-कधी माणसांना जीवनातून उठवतात. मूठभर आयुष्य भणंग स्वरूपात जगत कुत्र्यांचे, डुकरांचे हे असे मरणे इतके सहज कशामुळे असते? नेहमीच्या ज्ञानेंद्रियापेक्षा अधिकची इंद्रिये किंवा तीव्र चाहूल, संवेदना कुत्र्यांकडे असते; हे खरे असताना मोकाट कुत्री मात्र रस्त्यावर सर्रास मरून पडलेली बघायला मिळतात. हे जरा खंत वाढवणारेच प्रकरण आहे. तुलनेत डुक्कर जास्त शक्तिशाली, निर्ढावलेले असते. ते मरतेही आणि माणूस मारते. पण, डुक्कर म्हणजे एक प्रकारचा गावगेंडाच! पण, या प्राण्यांचे असे आपसूक मरणे जरा वेदना पोहोचवणारे असते.

गावात पाळली जाणारी ही काही प्राणिसृष्टी (पाळीव) हीच अधिक मरणदाढेत गवसते. उलट, जंगलातील मुक्त-मोकळे प्राणी रस्त्यांवर तेवढी मरून पडत नाहीत, जेवढी कुत्री, डुकरं मरून पडतात. सारांश, इतकाच की नियतीने हुशारी आणि आयुष्य ज्याचे त्याचे जेवढे आहे तेवढे पदरात बांधून टाकलेले दिसते.

२३.११.२०१९

❑❑

जडो छंद झाडे लावण्याचा

अंगणातील तुळशीला रोज पाणी टाकण्याचा जो संस्कार श्रद्धेमधून टिकून होता, त्यामागे झाड जगवण्याचाही ध्यास होताच. या प्रकारचे अनुकरण व्यापक होत जाण्यात झाडे जगवण्याचा संस्कार आहे, हे लक्षात घ्यायला हवे. झाडे तोडण्याचे दुष्परिणाम आपण भोगत आहोत. झाडांवर कुऱ्हाड म्हणजे आरोग्यावर कुऱ्हाड. निरोगी हवामानावरही कुऱ्हाड आणि समाजाला प्रदूषणाच्या खाईत लोटून देणे, पर्यावरणाशी खेळणे एकूण समाजाच्या जीवनाशी खेळणे, हे टळावे म्हणून जनजागृतीची आपण पावले उचलली. झाडे लावणे, ती जगवणे यासाठी समाज व सामाजिक वनीकरण यांनी सातत्याने विविध मोहिमा राबवल्या. वृक्ष संवर्धनासाठी सतत पायाभूत काम हाती घेतले. दुसरीकडे वाढते औद्योगीकरण, कारखानदारी, टोलेजंग वसाहतींची उभारणी, बाजारपेठांच्या स्थापना, रस्ते, प्रदूषणाचा विळखा या सर्वांमधून झाडे तोडण्याचा सपाटा लावला जात आहे. इंधन आणि बांधकामांसाठी, वाहतूक साधनांच्या बांधणीसाठी झाडे-जंगले खलास करताना आपण पाहतो. हे सगळे खेळ जीवघेणे आहेत. हे सगळे थांबायला पाहिजे. जग जिवंत ठेवायचे तर मग 'जडो छंद झाडं लावण्याचा आणि झाडं जगविण्याचा' हेच खरे! अन्यथा, आपण रोज थोडे-थोडे मृत्यूच्या जवळ जायला तयार राहायला हवे.

प्रचंड वृक्षतोडही पर्यावरणाचा भीषण प्रश्न निर्माण करते. हे लक्षात घेऊन *पूर्व आफ्रिकेमधील डॉ. वंगारी मथाई या उच्चशिक्षित कर्तबगार महिलेने 'ग्रीन बेल्ट मूव्हमेंट' आफ्रिकेच्या टांझानिया, युगांडा, इथिओपिया, झिम्बाब्वे आणि इतर देशांत सुरू केली. त्यांच्या या हरितपट्टा चळवळीने संपूर्ण केनियात महिलांना, पुरुषांना घेऊन झाडे लावण्याचे जनआंदोलन कृतींमधून उभे केले आणि थोडथोडके नव्हे; तर तीन कोटींपेक्षा अधिक झाडांची लागवड केली.* या महान कार्यासाठी

वंगारी मथाई यांना शांततेसाठी असलेले नोबेल पारितोषिक मिळाले. आपले सगळे जीवन झाडे लावून समाजाचे आरोग्य निरामय ठेवण्यासाठी खर्च करणाऱ्या या वृक्षमातेचे उपकार कधी न फिटणारे आहेत.

वंगारी मथाई आज नाहीत; त्यांचे पर्यावरणक्रांतीचे कार्य मात्र अमर चिरंतन आहे. नोबेल पुरस्कार मिळवणाऱ्या आफ्रिका खंडातील त्या पहिल्या महिला ठरल्या. उच्चविद्याविभूषित मथाई या केनियाची राजधानी असलेल्या नैरोबी येथे विद्यापीठात बायॉलॉजिकल सायन्सच्या प्रोफेसर होत्या. जीवशास्त्रात त्यांचे पीएच. डी. होते. शिवाय, नैरोबी पार्लमेंट पर्यावरण खात्याच्या त्या राज्यमंत्री होत्या. मानवी हक्कांसाठी, पर्यावरण रक्षणासाठी, संपूर्ण लोकशाही हितासाठी सर्व आयुष्य सार्थकी लावणाऱ्या मथाई यांना सलाम!

वृक्षतोडीला कसून विरोध करणे, वाढत्या औद्योगीकरणाला थोपवणे, प्रदूषणापासून जीव वाचवणे असे जग जगवणारे मूलभूत कार्य मथाईंनी आयुष्यभर हाती घेत एकूण समाजाच्या आरोग्याचा आणि जीवनाचा सफळ विचार सतत केला.

झाडे लावण्याची आणि ती जगवण्याची मोहीमच जगाला विनाशापासून मुक्त करू शकते. नुसते कृतिशून्य ज्ञानाचे धडे कामाचे नसतात. शिक्षण श्रेष्ठच; पण त्या शिक्षणाला किंवा शिक्षणातून येणाऱ्या जागृतीला कृतींचा सामूहिक आधार नसेल तर ते शिक्षण कुचकामी ठरते. म्हणूनच मथाई या वृक्षमातेचे हे महान कार्य कुठल्याही पुस्तकी ज्ञानापेक्षा जास्त श्रेष्ठ आणि जगासाठी जास्त काळ टिकणारे आहे!

जीव घुसमटून टाकणारे प्रदूषण वाढत आहे. विकास वेठीला धरून झाडे तोडली जात आहेत. पाऊसपाणी कमी-कमी होत चालले आहे. पर्यावरणाचा ऱ्हास थांबता थांबत नाही. उद्योग, वाहन, वाहतूक यात बेसुमार वाढ होत आहे. मोकळी हवा मिळण्यापासून माणूस दूर-दूर चाललेला आहे. 'झाडं-जंगल-जमीन-पाणी' या सूत्राकडे जर आपण आता लक्ष दिले नाही, तर जगबुडी व्हायला फार वेळ लागणार नाही. वेळीच सावध व्हायला हवे. अन्यथा, झाडांवर चालवलेली कुऱ्हाड आपल्या जिवांवर चालून यायला फारसा उशीर नाही.

३०.११.२०१९

❑❑

विवाहापोटी परिस्थिती उलटीपालटी

लग्नसमारंभांचे थाट डोळे दीपून टाकणारे असतात. पुष्कळदा उभा जन्म केलेली कमाई विवाहासारख्या समारंभात लोटून देऊन कफल्लक झालेली हजारो, लाखो कुटुंबे सांगता येतील; जी अशा समारंभांमुळे पार बुडाली, कंगालीकरणाचा भाग बनली. पणाला लावलेल्या प्रतिष्ठा, मानपानाचे डौल, गाव-शहर-गणगोत-भावकी-सोयरे यांच्यात वाढलेली चढाओढ, श्रीमंतीच्या थाटामधून वाढलेले तूतू-मैंमैं, अस्तित्व दाखवण्यासाठी पाडला जाणारा पैशांचा पाऊस, झाकल्या मुठीने दिला जाणारा वारेमाप हुंडा, याशिवाय गुप्त पद्धतीने होणारे सोन्या-चांदीचे दान, भोजनांचे अवाढव्य आयोजन, कपडा, वाहतूक, चैनबाजी यात एकमेकांचे बघून लग्नसमारंभाची उड्डाणे कोटी-कोटींची बनली. देशामध्ये विवाहसोहळा हा विषय आता सांस्कृतिक उद्योगाचा, खर्चीक व्यवस्थापनाचा आणि महागडे इव्हेंट मॅनेजमेंटचा भाग बनला आहे. याच्या आहारी जात सर्वसाधारण कुटुंबे पार देशोधडीला लागली. कितीतरी जण जीवनातून उठले. पैशांची ही अशी न परवडणारी उधळपट्टी कोणत्याही कुटुंबाला स्वाभाविक समर्थन करणारी ठरू शकत नाही.

विवाहाचा थाट आणि तिथे कोसळणारा पैशांचा पाऊस वैयक्तिक कौटुंबिक असा विषय असला तरी सगळ्यांना तो परवडणारा मुळीच नसतो. पण, भरीस घालण्यामधून खोट्या प्रतिष्ठा डोके वर काढतात आणि साधारण कुटुंब बरबादीच्या कड्यावरून लोटून दिले जाते, याचे दुःख जास्त आहे. एवढी नोटाबंदी होऊनही पैशांचा महापूर मात्र थांबता थांबत नाही. ही सारी लग्नं बघितली की आपला देश गरीब आहे असे म्हणवत नाही. पैशाला किंमत राहिली नाही. पैसा सहज उपलब्ध होतो आणि सहज मिळतो आहे. त्यातून खर्च, उधळपट्टी याबद्दल काही कुणाला वाटेना. सोयीच्या नावाखाली मंगल कार्यालय नावाची नवी देणगी काळाला,

समाजाला मिळाली. तिथे मग कित्येक लाख रुपयांचा प्रारंभीच पाऊस पाडावा लागतो. मग, क्षमतेप्रमाणे ती मंगल असलेली कार्यालये निवडली जातात. शिवाय, सकाळी होणारे समारंभ आणि रात्री होणारे समारंभ यातले खर्चाचे गणित पुष्कळ तफावतीचे असते. लॉन्सवर होणाऱ्या समारंभांचा खर्च करोडो रुपयांची सीमा गाठणारा! यामध्ये सर्वसाधारण कुटुंबाची मान अडकली तर मग बघायलाच नको!

मूठभर श्रीमंतांना हे ठीक असेल; पण खोटी प्रतिष्ठा दाखवण्यासाठी अशी उधळपट्टी अर्थातच मान्य करण्यासारखी नक्कीच नाही. याउलट, साधे, एकत्रित येऊन, अवाजवी खर्च टाळून, सर्वांच्या हिताला मध्यवर्ती ठेवून सामूहिक विवाहसोहळे समाजाला दिशा देतात. जिथे देशाच्या संपत्तीचाही विचार होतो आणि असेही समाजात घडत असते. या सामाजिक बाजूचा विचार अवश्य करायला हवा. फार पूर्वी खेड्यात एकोपा होता. गावातल्या समारंभाला सगळे गाव झटून कामाला येई. आपल्या घरातलेच कार्य अशी गावाची भावना होती. लग्नाचा मांडव घालण्यापासून ते स्वयंपाक करून जेवू घालण्यापर्यंत सगळे गाव मदतीला धावून येई. धुसफुस, भांडण-झगडा होता; पण सगळे विसरून लोक तोरणदारी धावून येत आणि अंग मोडून घरचे कार्य समजून काम करत. ही परिस्थिती आता राहिली नाही. जो तो करतो, जो तो डुबतो. स्पर्धा आणि प्रतिष्ठा या दोन्ही बाबी चढाओढीचा भाग झाल्या; आणि समाज कळूनसुद्धा एका व्यापक कंगालीमध्ये सामील होताना दिसतो. ही गोष्ट आता हाताबाहेर गेली आहे, ही वस्तुस्थिती आहे. खेड्यात एकत्र येऊन समारंभ करण्यात हित होते, समूहानंद होता. शिवाय, ग्रामकल्याणाची ती एक रीत होती, हे कबूलच करावे लागेल. राष्ट्रसंत तुकडोजी महाराजांनी त्यासंबंधी सुंदर वचन लिहून ठेवले आहे. ते म्हणतात,

गावच्या मुलामुलींचे लग्न। सामुदायिक पद्धतीच प्रमाण।
तेथे तिथीमुहूर्ताचे कारण। काहीच नाही।।
असोत लग्ने दहा-पन्नास। गावची शंभरीही त्या वर्षास।
एकाच वेळी सावकाश। उरकावी एके जागी।।
गावाचे सर्व जमोनि मित्र। सहकार्य अर्पावे सर्वत्र।
बसवोनि वधू-वरांना एकत्र। करावे लग्नकार्य।।
लग्नादिकासाठी कोणा। उडवू न द्यावे गावच्या धना।
कराव्या ग्रामोद्धार-योजना। सर्व मिळोनि।।

७.१२.२०१९

❑❑

डॉ. केशव सखाराम देशमुख

प्राध्यापक व विभागप्रमुख, मराठी विभाग
स्वामी रामानंद तीर्थ मराठवाडा विद्यापीठ, नांदेड
भ्रमणध्वनी : ९४२२७ २१६३१
ई-मेल : keshavdeshmukh74@gmail.com

- नांदेडच्या स्वामी रामानंद तीर्थ मराठवाडा विद्यापीठामध्ये मानवविज्ञान विद्याशाखेचे सहयोगी अधिष्ठाता. मराठी अभ्यास मंडळाचे अध्यक्ष. विद्यापीठाचा भाषेचा तसेच साहित्याचा अभ्यासक्रम गुणवत्तेचा आणि सर्वसमावेशक करण्यात लक्षणीय योगदान.
- महाराष्ट्र शासनाच्या भाषा सल्लागार समितीचे तज्ज्ञ सदस्य. बोलीभाषेचे मान्यताप्राप्त अभ्यासक म्हणून ओळख. राज्य पाठ्यपुस्तक मंडळाच्या मराठी पाठ्यपुस्तकाचे संपादक म्हणून कार्य. राज्यस्तर व विभागीय सात मराठी साहित्य संमेलनांच्या अध्यक्षपदी राहण्याचा मान.
- भारत सरकारच्या साहित्य अकादमी आयोजित विविध उपक्रमांत निमंत्रित कवी, शोधनिबंधवाचक, व्याख्याता म्हणून निमंत्रित. नॅशनल बुक ट्रस्ट आणि ऑल इंडिया रेडिओ यांच्या कविसंमेलनात निमंत्रित.
- अखिल भारतीय मराठी साहित्य संमेलनांच्या कविसंमेलन, परिसंवाद, मुलाखती अशा उपक्रमांत मान्यवर आमंत्रित म्हणून सहभागी.
- वक्ता, अभ्यासक, कवी, समीक्षक म्हणून स्वतंत्र ओळख. महाविद्यालय आणि विद्यापीठीय अध्यापन, वाचन, संशोधन या क्षेत्रांतील ३० वर्षांपेक्षा प्रदीर्घ अनुभव.
- पीएच.डी., एम.फिल. या संशोधनाधारित पदव्यांचे तज्ज्ञ मार्गदर्शक म्हणून अकादमिक मान्यता.
- अमरावती, नागपूर, नांदेड, गडचिरोली, फर्ग्युसन कॉलेज यांच्या मराठी अभ्यास मंडळांवर भाषा-वाङ्मयाच्या अभ्यासक्रम-रचनेमध्ये सहभाग आणि वेगवेगळ्या प्राधिकरणांचे सदस्य.
- महाराष्ट्र शासनाची दोन वेळा काव्यसंग्रहांना 'केशवसुत' आणि 'बालकवी' ही पारितोषिके प्राप्त. *पाढा, चालणारे अनवाणी पाय, अथक, गाभा, तंतोतंत* हे पाच काव्यसंग्रह प्रकाशित. शासन सन्मानांसह कवितासंग्रहांना इतर राज्यपातळीवरील १४ पुरस्कार प्राप्त.

www.ingramcontent.com/pod-product-compliance
Lightning Source LLC
LaVergne TN
LVHW060139051026
849517LV00007B/2513
* 9 7 8 9 3 8 9 8 3 4 0 7 9 *